AF519545

പി.ഐ. മിനി

പത്തനംതിട്ട ജില്ലയിലെ തിരുവല്ലയിൽ പി.കെ. ശങ്കറിന്റെയും വി. ഇന്ദിരാദേവിയുടെയും മകൾ. കണ്ണൂർ ജില്ലയിൽ കുഞ്ഞിമംഗലം ഗോപാൽ യു.പി. സ്കൂൾ, മാടായി ഗവർമെന്റ് ഹൈസ്കൂൾ, കണ്ണൂർ കൃഷ്ണമേനോൻ മെമ്മോറിയൽ ഗവർമെന്റ് വനിതാ കോളേജ്, മാന്നാർ നായർ സമാജം ബേസിക് ട്രെയിനിംഗ് സ്കൂൾ എന്നിവിടങ്ങളിൽ പഠനം. ആലപ്പുഴ ജില്ലയിൽ വള്ളികുന്നം എൽ.പി. സ്കൂളിൽനിന്നും പ്രഥമാധ്യാപികയായി വിരമിച്ചു. ഇപ്പോൾ വള്ളികുന്നത്ത് താമസം.

അംഗീകാരങ്ങൾ: വിദ്യാരംഗം കലാസാഹിത്യവേദി സംസ്ഥാന അവാർഡ്, പി.എസ്.ടി.എ. സംസ്ഥാന അവാർഡ്, കെ.എസ്.ടി.എ. ജില്ലാതല സമ്മാനം, 'വനിത' മാസിക കുഞ്ഞിക്കഥാമത്സര സമ്മാനം, അധ്യാപക കലാസാഹിത്യ സമിതി സംസ്ഥാന അവാർഡ്, അധ്യാപക കലാവേദി സംസ്ഥാന അവാർഡ്, ദേവകീവാര്യർ സ്മാരക അവാർഡ്.

പ്രസിദ്ധീകരിച്ച കൃതികൾ: അല്ലിപ്രാവും മക്കളും, കുഞ്ഞിമാളുവും കുഞ്ഞരിപ്രാവും, കാട്ടിലെ കഥകൾ, കുഞ്ഞന്റെ മുത്തശ്ശി (ബാലസാഹിത്യം), തെയ്യക്കോലങ്ങൾ (ചെറുകഥാസമാഹാരം)

ഭർത്താവ്: പി. മുരളീധരൻ
മക്കൾ: ഹരികൃഷ്ണൻ, ഇന്ദുശ്രീ
മരുമക്കൾ: അനൂജ, അരവിന്ദ്
ചെറുമക്കൾ: ദേവ്നകൃഷ്ണ, അഗ്നിവേശ്, ഇന്ദ്രജിത്ത്

വിലാസം: ഹരിശ്രീ, പുത്തൻചന്ത പി.ഒ., വള്ളിക്കുന്നം, ആലപ്പുഴ - 690 501
ഫോൺ: 9446615763
email: miniisankar@gmail.com

Malayalam Language
Cheruvallikkattile Chengayimar
(Children's Literature)
by
P I Mini

♦

Published in August 2022
by Kairali Books Private Limited
Thalikkavu Road, Kannur.
Ph : 0497-2761200
E-Mail : Kairalibooksknr@gmail.com

♦

Cover Design
Prasanth Mangad

♦

© All rights reserved
No part of this publication may be reproduced, stored in or introduced into a retrieval system, or transmitted, in any form, or by any means, electronic, mechanical, photocopying, recording or otherwise without the prior written permission of the publisher.

Price ₹ : 160.00
21/22-23/Sl.No.1326/500/NS 18.6
ISBN 978-93-49727-76-2

ചെറുവള്ളിക്കാട്ടിലെ ചെങ്ങായിമാർ

പി.ഐ. മിനി

കൈരളി ബുക്സ്

ഒന്ന്

കുഞ്ഞായയും കുടുംബവും താമസിച്ചിരുന്നത് ഏഴിമലയുടെ അടിവാരത്തുള്ള ഒരു കൊച്ചുകാട്ടിലാണ്. അതാണ് ചെറുവള്ളിക്കാട്. നിറയെ മരങ്ങളും വള്ളിച്ചെടികളുംകൊണ്ട് തിങ്ങിനിറഞ്ഞ പ്രദേശം. കാറ്റടിക്കുമ്പോൾ വലിയ മരച്ചില്ലകൾ താഴ്ന്നുവന്ന് കുറ്റിക്കാടിനെ മുട്ടിയുരുമ്മും. കുഞ്ഞുജീവികളും പക്ഷികളും ഇവിടെ കൂടുകെട്ടി താമസിച്ചിരുന്നു.

ഒരുമാസം മുൻപ് അപകടത്തിൽ കുഞ്ഞായയ്ക്ക് തന്റെ അച്ഛനേയും അമ്മയേയും നഷ്ടപ്പെട്ടു. അതുവരെ കുഞ്ഞായ ഒന്നും അറിഞ്ഞിരുന്നില്ല.

കുഞ്ഞായയെ ഓർത്ത് അമ്മയ്ക്ക് എന്നും ആധിയായിരുന്നു. മുൻപ് ഒരുതവണ മാത്രമേ കാഴ്ചകൾ കാണിക്കാനായി അവളെ പുറത്തേക്ക് കൊണ്ടുപോയിരുന്നുള്ളൂ. അതും അമ്മയുടെ തോളിലിരുത്തി. തനിയെ നടക്കാൻ പോലും അനുവദിച്ചിരുന്നില്ല.

അങ്ങനെയിരിക്കെയാണ് ഒരുദിവസം കുഞ്ഞായയുടെ അച്ഛനേയും അമ്മയേയും ഒരു കുഴിയാന, കുഴിയിലേയ്ക്ക് വലിച്ചിട്ട് കൊന്നുതിന്നു കളഞ്ഞത്. പിന്നിൽ നടന്നിരുന്ന അമ്മയേയാണ് കുഴിയാന ആദ്യം പിടികൂടിയത്. പിറകെ നടന്നിരുന്ന അമ്മയുടെ ശബ്ദം കേൾക്കാതെ വന്നപ്പോൾ അച്ഛൻ തിരിഞ്ഞുനോക്കി. മണ്ണിടിഞ്ഞ് കാലുതെന്നി കുഴിയിലേക്ക് വീഴാൻ പോകുന്ന അമ്മയേയാണ് അച്ഛൻ കണ്ടത്. തിരിച്ചോടി അമ്മയെ രക്ഷിക്കാൻ ശ്രമിക്കുന്നതിനിടയിൽ അച്ഛനും കാലുതെന്നി കുഴിയിലേക്ക് മറിഞ്ഞുവീഴുകയായിരുന്നു, അങ്ങനെ രണ്ടുപേരെയും തനിക്ക് ഒന്നിച്ച് നഷ്ടപ്പെട്ടു.

തീറ്റതേടി പോകുമ്പോഴൊക്കെ അമ്മ എപ്പോഴും പറയാറുണ്ടായിരുന്നു.

“മോളെ, ഞങ്ങളു വരുന്നതുവരെ പുറത്തൊന്നും പോകരുത്

അമ്പലക്കുളത്തിനരികിലെ ആലില്ലേ. അതിന്റെ ചുവട്ടിൽ നിറയെ ആനകളാ. കുഴിയാനകൾ. അവർ ദുഷ്ടന്മാരാ.. കുഴിയിലേക്ക് വലിച്ചിട്ട് നമ്മെ കൊന്നുതിന്നുകളയും. കുറച്ചുനാളുകൂടി കഴിയട്ടെ, മോളെ കുന്നിക്കുരുക്കാട്ടിൽ കൊണ്ടുപോകാം കേട്ടോ. അവിടം നിനക്ക് വളരെ ഇഷ്ടപ്പെടും. ഇപ്പം നീ ഇതിനുള്ളിൽ തന്നെയിരുന്നാൽ മതി. ദാ, ഇതുകണ്ടോ... ഇതൊക്കെ നിനക്ക് കഴിക്കാനായി കൊണ്ടുവന്നതാ. മഴക്കാലം വരാറാകുന്നു, അപ്പോഴാണ് ഭക്ഷണത്തിന് ക്ഷാമമുണ്ടാകുക. ഇനിയും കുറേക്കൂടി സാധനങ്ങൾ ശേഖരിക്കേണ്ടതുണ്ട്."

അങ്ങനെ പറഞ്ഞ് പുറത്തേക്കിറങ്ങിപ്പോയതാണ് രണ്ടുപേരും. തന്നെ ഉപദേശിച്ച് എന്നും പോയ്ക്കൊണ്ടിരുന്ന അച്ഛനും അമ്മയ്ക്കും കുഴിയാനക്കുഴി ഒഴിഞ്ഞുപോകാൻ കഴിഞ്ഞില്ലല്ലോ. അവൾക്ക് സങ്കടം സഹിക്കാൻ പറ്റിയില്ല. വീടിനകത്ത് കള്ളയറയുടെ അരികിലായി അവൾ ചുരുണ്ടുകൂടി.

ഒരറയിൽ ധാന്യമണികൾ. മറ്റെയറയിൽ പയർമണി. കഷ്ടിച്ച് കുറച്ചുനാൾ കൂടി കഴിഞ്ഞുകൂടാം. പിന്നെ?... കൈകൾ മുട്ടുകൾക്കിടയിലേക്ക് തിരുകി കുഞ്ഞായയുറുമ്പ് ഏങ്ങലടിച്ചു കരഞ്ഞു. പുറത്തേക്ക് പോയി അവൾക്ക് ശീലമില്ല. ചുറ്റുപാടും ശരിയായ രീതിയിൽ കണ്ടിട്ടുപോലുമില്ല. കുന്നിക്കുരുക്കാട്ടിലേക്ക് പോകുമ്പോൾ അവിടെവിടെയോ ഒരമ്പലമുണ്ടെന്നും അതിനടുത്തായി ഒരു കുളമുണ്ടെന്നും കുളത്തിനരികിലായി ആലും ആലിൻചുവട്ടിൽ നിറയെ കുഴിയാനകളുണ്ടെന്നും മാത്രമേ കുഞ്ഞായയ്ക്ക് അറിയൂ. കുഞ്ഞായ കള്ളയറയ്ക്ക് ചുറ്റുമായി തേങ്ങിക്കരഞ്ഞുകൊണ്ട് ഉഴറി നടന്നു.

രണ്ട്

പ്ലാവിൽ നിറയെ ചക്ക കായ്ച്ചു നിൽക്കുകയാണ്.

ചക്ക പാകമായിക്കാണുമോ?

ഓരോ ചക്കയുടെയും പുറത്ത് കൈകൾ അമർത്തിവെച്ച് മൂക്കു മുട്ടിച്ച് നോക്കുകയാണ് കുഞ്ഞൂട്ടനണ്ണാൻ. അതിൽ ഒന്നിൽ നിന്നും നല്ല മണം.

“ഹായ്...” അവൻ ചക്ക തുരക്കാൻ തുടങ്ങി. അതിനിടയിൽ ഒരു ചക്കക്കുരു ദൂരെ താഴേക്ക് തെറിച്ചുവീണു. കുഞ്ഞായയുടെ വീടിനു മുന്നിലാണ് കുരു ചെന്നു വീണത്. അവൻ അങ്ങോട്ട് നോക്കി.

ങേ! ഇവളിതുവരെ എഴുന്നേറ്റില്ലേ? ചക്കതീറ്റി മതിയാക്കി കുഞ്ഞൂട്ടൻ വേഗം താഴേക്ക് വന്നു.

“ഏയ്... കുഞ്ഞായേ..” അവൻ കൂടിനുള്ളിലേക്ക് നോക്കി ഉറക്കെ വിളിച്ചു. വീടിനുള്ളിൽ കരഞ്ഞുതളർന്നുറങ്ങിയ കുഞ്ഞായ കുഞ്ഞൂട്ടന്റെ വിളികേട്ട് ഞെട്ടിയുണർന്നു. അവൾ വീടിന് മുന്നിലേക്ക് ഓടിയെത്തി.

“നീ ഇങ്ങനെ കരഞ്ഞുകൊണ്ട് അകത്തു തന്നെയിരുന്നാലെങ്ങനാ? ബാ.. നമുക്ക് പുറത്തൊക്കെ ഒന്നിറങ്ങി നടന്നിട്ടുവരാം. അപ്പോൾ നീ കുറേക്കൂടി ഉഷാറാകും. മനസ്സിന് കുറേ സമാധാനം കിട്ടും. കുറച്ചു ദിവസങ്ങളിലേക്കുള്ള ആഹാരസാധനങ്ങളല്ലേ കാണൂ. തന്നെയുമല്ല, മഴക്കാലം വരാൻ പോവുകയാ. നമുക്ക് കുറച്ച് ആഹാരസാധനങ്ങൾ കൂടി ശേഖരിച്ചുവെയ്ക്കാം. കരയാതെ. ഇത്രയും ദിവസമായില്ലേ. ഇനിയും ഇങ്ങനെ കരഞ്ഞുകൊണ്ടിരുന്നാൽ നഷ്ടപ്പെട്ടവർ തിരിച്ചുവരുമോ?”

ഓരോന്നു പറഞ്ഞ് കുഞ്ഞായയെ സമാധാനിപ്പിച്ചുകൊണ്ടിരുന്നു അവൻ. കുഞ്ഞായ ഒന്നും പറയാതെ നിന്നു.

“ദാ, ഞാനിപ്പോ വരാം.” ഇങ്ങനെ പറഞ്ഞ് കുഞ്ഞൂട്ടൻ പ്ലാവിൻ

മുകളിലേക്ക് കയറിപ്പോയി. പഴുത്ത ചക്കച്ചുളയും കുറച്ച് ചക്കക്കുരുവുമായി അവൻ വേഗം തിരികെയെത്തി. അവയെല്ലാം കുഞ്ഞായയെ ഏൽപ്പിച്ചു. ഇതു കണ്ട മണിയനുറുമ്പും നെയ്യുറുമ്പും ഓടിയെത്തി. വീടിനകത്തേക്ക് വെക്കാൻ അവളെ സഹായിച്ചു.

അവളുടെ അച്ഛനും അമ്മയും പോയതിനുശേഷം മണിയനും നെയ്യനും എപ്പോഴും അവൾക്കരികിലുണ്ട്. കുറച്ചുസമയം അവർ കുഞ്ഞായയോടൊപ്പം ചെലവഴിച്ചു. പിന്നെ യാത്ര പറഞ്ഞ് തിരികെ പോയി. കുഞ്ഞൂട്ടൻ പറഞ്ഞത് സത്യമാണ്. ഇവരെയെല്ലാം എന്നും ഇങ്ങനെ ബുദ്ധിമുട്ടിക്കുന്നത് ശരിയല്ല. വൈകുന്നേരം കുഞ്ഞൂട്ടനെത്തും. അന്നേരം എല്ലാം വിശദമായി സംസാരിക്കാം. കഴിക്കാനുള്ളതെല്ലാം തീരാറായിരിക്കുന്നു. ധാന്യയറയിലേക്ക് നോക്കി അവൾ നെടുവീർപ്പിട്ടു. അവൾക്ക് കുറേശ്ശെ ധൈര്യം വന്നുതുടങ്ങി. ഒന്നു പുറത്തേക്കിറങ്ങിയാലോ? കൂടിനു പുറത്തേക്കവൾ കാലെടുത്തുവച്ചു. അമ്മ പോയതിനുശേഷം ഇന്നാണ് പിന്നെ പുറത്തേക്കിറങ്ങുന്നത്. കണ്ണു മഞ്ഞളിച്ചുപോയി.

വീടിന്റെ മുന്നിലിരുന്ന് അവൾ ഓരോന്നു നോക്കിക്കൊണ്ടിരുന്നു. മുന്നോട്ട് ഒരടിപോലും വെക്കാൻ ധൈര്യം വന്നില്ല.

“എന്താണിത്!?’

കുറേ കാലുകളുള്ള ഒരു ജീവി ഇഴഞ്ഞുവരുന്നു. എത്ര വലുതാണത്! പെട്ടെന്ന് എന്തിലോ തട്ടി. അത് വളയമായി മാറി. അത് പിന്നീട് നീണ്ടു വന്നില്ല. അവൾക്ക് പേടിയായി. കുഞ്ഞായയുറുമ്പ് വീടിനുള്ളിലേക്ക് ഓടിക്കയറി. കിതപ്പോടെ അവൾ മൺതിട്ടയിൽ പിടിച്ച് പുറത്തേക്കു നോക്കി. വളയമായി കിടന്ന ജീവിയതാ നീണ്ട് ഇഴഞ്ഞുപോകുന്നു.

‘ങേ?!”

കുഞ്ഞൂട്ടൻ വരുന്നതുവരെ പിന്നീടവൾ പുറത്തേക്കിറങ്ങിയില്ല. അത് വളയമല്ലെന്നും ഒരു അട്ടയായിരുന്നെന്നും കുഞ്ഞൂട്ടൻ പറഞ്ഞപ്പോഴാണ് മനസ്സിലായത്. തന്റെ പരിമിതമായ അറിവിനെയോർത്ത് അവൾ ലജ്ജിച്ചു.

മൂന്ന്

ചെറുവള്ളിക്കാട് പത്തംശങ്ങളായി തിരിച്ചാണ് ഭരണം നടത്തിയിരുന്നത്. എല്ലാ മാസവും അവസാന ഞായറാഴ്ച വനശ്രീ മീറ്റിംഗ് നടക്കാറുണ്ട്. എല്ലാ മീറ്റിംഗിലും സജീവമായി പങ്കെടുക്കുന്ന ആളാണ് കുഞ്ഞൂട്ടൻ.

റിപ്പോർട്ടവതരണത്തിനുശേഷം ചർച്ചയ്ക്കുള്ള സമയമായി.

നാലേകാൽ അംശത്തിലെ കുരങ്ങന്മാർ മുന്നേകാൽ അംശത്തിൽനിന്നും വെള്ളരിക്ക മോഷ്ടിക്കുന്നുവെന്ന പരാതി ചർച്ചക്കെടുത്തു. അത് എത്രയും പെട്ടെന്ന് അന്വേഷിച്ച് പരിഹരിക്കാൻ തീരുമാനമായി. ഓരോരോ അംശത്തിലെയും പ്രശ്നങ്ങൾക്കും അധികാരി അപ്പപ്പോൾ തന്നെ തീർപ്പു കല്പിച്ചു. ഒടുവിലാണ് പത്തേകാൽ അംശത്തിന്റെ പ്രശ്നം പൊന്തിവന്നത്.

'കുഞ്ഞായയുടെ ഒറ്റപ്പെടൽ' ഓരോരുത്തരും പരസ്പരം കുശുകുശുക്കാൻ തുടങ്ങി. പത്തേകാൽ അംശത്തിൽ നിന്നുള്ള എല്ലാവരും ഈ കാര്യത്തിൽ ഒറ്റക്കെട്ടായി.

അതെ, അവരുടെ ഓരോരുത്തരുടെയും വേദന തന്നെയാണത്. എത്രയും വേഗം അതിനൊരു തീരുമാനം ഉണ്ടാകണം. ഒടുവിൽ അംശാധികാരി ഒരു നിർദ്ദേശം വെച്ചു.

"കുഞ്ഞായയെ വീട്ടിൽ ഒറ്റയ്ക്കാക്കരുത്. അവളെ പുറത്തേക്കൊക്കെ കൊണ്ടുപോയി മറ്റുള്ളവരുമായി സഹകരിപ്പിക്കുക. അതിനോടൊപ്പം അവളെയും കൂട്ടി ഒരു യാത്രയും സംഘടിപ്പിക്കുക. അവളുടെ മനസ്സൊന്നു നേരെയാകട്ടെ. ആരാണ് ആ ചുമതല ഏറ്റെടുക്കുന്നത്?"

ങേ!! എല്ലാവരും പരസ്പരം നോക്കി.

ആരു കൊണ്ടുപോകും? അവർ പരസ്പരം പിറുപിറുക്കാൻ തുടങ്ങി. പച്ചത്തത്ത പറന്ന് ഇഞ്ചിപ്പുളിയിൽ കയറി ദൂരേക്ക് നോക്കി

യിരുന്നു. മരംകൊത്തി തൊട്ടടുത്തുകണ്ട തെങ്ങിൻപൊത്തിൽ ഒളിച്ചു. അമ്മത്താറാവ് ക്വാ... ക്വാ... എന്നു കരഞ്ഞുകൊണ്ട് വെള്ളത്തിലേക്ക് ഊളിയിട്ടു. പട്ടിക്കുട്ടിയും പൂച്ചക്കുറിഞ്ഞ്യാരും കാലുകൾ മുന്നോട്ട് നീട്ടി മുഖം ഒളിപ്പിച്ച് ഇനി എന്താണ് അധികാരിക്ക് പറയാനുള്ളതെന്നറിയാനായി കാതുകൾ കൂർപ്പിച്ചു. കുറുക്കനും ചെന്നായയും ആർക്കായിരിക്കും ആ ദൗത്യം കിട്ടുക എന്നറിയാൻ ആകാംക്ഷയോടെ നോക്കിനിന്നു. കരിയിലക്കിളികൾ ചിലച്ചുകൊണ്ടേയിരുന്നു. ആമയും അട്ടയും കുശുകുശുത്തു.

അംശാധികാരിയായിരുന്ന നീളൻ ജിറാഫ് എല്ലാവരുടെയും മുഖത്ത് മാറിമാറി നോക്കി. പുൽച്ചാടിയുടെയും പുഴുവിന്റെയും വിട്ടിലിന്റേയുമൊന്നും മുഖഭാവം മനസ്സിലാക്കാൻ കഴിഞ്ഞില്ല. നീളൻ പുറകോട്ടുമാറി കഴുത്ത് താഴേക്ക് വളച്ചു. അവന്റെ കഴുത്തിനിടയിൽ കുടുങ്ങാതിരിക്കാൻ ചെറുജീവികൾ വേഗം വഴുതിമാറി.

താഴേക്ക് വളച്ച് കഴുത്ത് ഉളുക്കിയതല്ലാതെ അവരുടെയൊന്നും മുഖം ശരിക്ക് കാണാൻ കഴിഞ്ഞില്ല. പതുക്കെ കഴുത്ത് ഉയർത്തുന്നതിനിടയിലാണ് പനന്തേങ്ങയുടെ കാമ്പ് മൊത്തിക്കുടിക്കുന്ന കുഞ്ഞൂട്ടനെ കണ്ടത്.

“അതെ, ഇവൻതന്നെ പറ്റിയത്.” നീളൻ മനസ്സിലുറപ്പിച്ചു.

“കുഞ്ഞൂട്ടാ..”

പെട്ടെന്നുള്ള വിളികേട്ട് കയ്യിൽ പിടിച്ചിരുന്ന പനന്തേങ്ങ കുഞ്ഞൂട്ടന്റെ കയ്യിൽനിന്നും വഴുതി താഴെ വീണു.

“ഓ...” അവൻ വിളികേട്ടു. നീളന്റെ മുഖം അടുത്തു കാണാനാകുന്നില്ല. പെട്ടെന്ന് പനന്തേങ്ങ കാലുകൊണ്ട് തട്ടിക്കളഞ്ഞിട്ട് അടുത്തുകണ്ട ഓളോർമാവിന്റെ ഏറ്റവും മുകളിലത്തെ ശിഖരത്തിലേക്ക് ചാടിക്കയറി നീളന്റെ മുന്നിലായി ചെന്നിരുന്നു.

“നീ താമസിക്കുന്നതിന് തൊട്ടുതാഴെയല്ലേ കുഞ്ഞായയുടെ കൂട്. നിനക്ക് അവളെ പുറത്തേക്കൊക്കെ കൂട്ടിക്കൊണ്ടുപോയ്ക്കൂടെ.”

“ഞാൻ വിളിക്കാഞ്ഞിട്ടല്ല. എപ്പോഴും കൂടിനകത്തുതന്നെയാണ് ഇരിപ്പ്. പേടിയാണ്. പലതവണ വിളിച്ചിട്ടും കൂടിന് മുന്നിൽവരെ വന്ന് പെട്ടെന്ന് അകത്തേക്ക് കയറിപ്പോകും. വളരെ നിർബന്ധിച്ചപ്പോഴാണ് മുറ്റം വരെയൊക്കെ ഒന്ന് ഇറങ്ങാൻ തുടങ്ങിയത്.” അവൻ തല ചൊറിഞ്ഞുകൊണ്ട് അറിയിച്ചു.

“ങാഹാ, അത്രയൊക്കെ ആയോ? അപ്പോൾ ഒരു യാത്രയൊ

ക്കെ കഴിയുമ്പോൾ താമസിയാതെ അവൾ കുറേക്കൂടി ഉശാറാകും. അതിന് നീയൊന്നു മുൻകൈ എടുക്ക്. നിനക്ക് ഇഷ്ടമുള്ള രണ്ടോ മൂന്നോ പേരേക്കൂടെ കൂട്ടിന് കൂട്ടിക്കോ."

"ങാ, ഞാൻ ശ്രമിച്ചുനോക്കാം."

അവൻ മാവിൽനിന്നും താഴേക്ക് ഊർന്നിറങ്ങുമ്പോൾ എങ്ങനെ കുഞ്ഞായ ഉറുമ്പിനെ പുറത്തേക്ക് കൊണ്ടുപോകാമെന്ന ചിന്തയായിരുന്നു. എന്തായാലും അവളെ നല്ല ജീവിതത്തിലേക്ക് തിരികെ കൊണ്ടുവന്നേ പറ്റൂ.

കുട്ടിമാളു കൃതജ്ഞത പറഞ്ഞു. യോഗം അവസാനിച്ചതായി നീളൻ ജിറാഫ് പ്രഖ്യാപിച്ചു. എല്ലാവരും പിരിഞ്ഞു.

'വനശ്രീ' മീറ്റിംഗ് കഴിഞ്ഞ് കുഞ്ഞൂട്ടൻ വീട്ടിലേക്ക് തിരിച്ചു. മീറ്റിംഗിൽവെച്ച് കുട്ടിമാളു പറഞ്ഞ വാക്കുകൾ അവന്റെ കാതിൽ മുഴങ്ങിക്കൊണ്ടിരുന്നു.

"ഒരു കാര്യം ഉദ്ദേശിച്ചാൽ അത് നേടിയെടുക്കും എന്ന് നാം ഓരോരുത്തരും ദൃഢപ്രതിജ്ഞയെടുക്കുകതന്നെ വേണം."

അതെ, അതെ, അവന്റെ ശരീരം കുളിരുകോരി. ഇരട്ടി ഉന്മേഷം കിട്ടിയപോലെ. ഒരു ഓലത്തുഞ്ചാണിയിൽ നിന്നും തൊട്ടടുത്ത മാവിൻതുമ്പത്തേക്ക് ചാടുന്നതിനിടയിലാണ് ഒരു കവറിൽ നിറയെ കാരറ്റുമായി ആരോ നടന്നു പോകുന്നത് കണ്ടത്. അവൻ താഴേക്ക് നോക്കി.

ങേ! കുട്ടിമാളുവല്ലേ അത്. മാവിൻചില്ലകൾക്കിടയിലൂടെ വേഗം അവൻ താഴേക്ക് ഊർന്നിറങ്ങി.

ശബ്ദംകേട്ട് കുട്ടിമാളു തിരിഞ്ഞുനോക്കി.

"ങാ! കുഞ്ഞൂട്ടനോ?"

വലിയ ചെവി ഒന്നുംകൂടി കൂർപ്പിച്ച് കുഞ്ഞൂട്ടനണ്ണാനോട് അവൾ ലോഹ്യം ചോദിച്ചു.

"കുട്ടിമാളൂ, നിന്റെ കൃതജ്ഞതാ പ്രസംഗം എനിക്ക് ഒരുപാട് ഇഷ്ടപ്പെട്ടു കേട്ടോ. പിന്നെ മറ്റൊരു കാര്യം, നമുക്ക് കുഞ്ഞായയെ സഹായിക്കേണ്ടേ. അവളെ ഒന്ന് ഉഷാറാക്കേണ്ടേ? ഇക്കാര്യത്തിൽ നിന്റെയൊരു ഉപദേശം എനിക്ക് വേണം."

"എന്റെ ഉപദേശമോ!?" കുട്ടിമാളു പൊട്ടിച്ചിരിച്ചു. മുൻവശത്തെ പല്ലുകൾ വെട്ടിത്തിളങ്ങി.

പെട്ടെന്ന് കുട്ടിമാളു ഗൗരവത്തിലായി.

"ശരി. ഒരു കാര്യം ചെയ്യാം നമുക്ക്. ഒരു വണ്ടി തയ്യാറാക്കുക. എന്നിട്ട് കുഞ്ഞായയുമായി ഒരു ദീർഘയാത്ര പുറപ്പെടുക."

കൊള്ളാം. അവൻ രണ്ടു വിരൽ ഉയർത്തി കുട്ടിമാളുവിനോട് യോജിച്ചു. കുഞ്ഞൂട്ടൻ അപ്പോൾത്തന്നെ കാട്ടിലെ മൂത്താശാരിയായ മരംകൊത്തിയെ കണ്ട് വിവരം ധരിപ്പിച്ചു. മൂത്താശ്ശാരി അപ്പോൾത്തന്നെ ഓരോ തടിയിലും പറന്നുചെന്ന് കൊത്തിനോക്കി. പക്ഷേ അതൊന്നും അദ്ദേഹത്തിന് കാതലുള്ളതായി തോന്നിയില്ല. അപ്പോൾത്തന്നെ അദ്ദേഹം തൊട്ടടുത്ത കാടായ പഞ്ചവൻ കാട്ടിലേക്ക് പുറപ്പെട്ടു. അവിടെനിന്നും മൂത്തുവിളഞ്ഞ കാതലുള്ള തടി മുറിപ്പിച്ച് പലകയുമായി തിരിച്ചെത്തി.

കാക്കയും തുന്നാരൻ കിളിയും ചേർന്ന് ഇലകളും നാരുകളും തടിക്കഷണങ്ങളും കൂട്ടി യോജിപ്പിച്ച് വണ്ടിയുണ്ടാക്കി. മച്ചിങ്ങാ കൊണ്ട് ചക്രം പിടിപ്പിച്ചത് കാളക്കിടാവാണ്. അവരെല്ലാവരും വണ്ടിയിൽ കയറി. കാളക്കിടാവ് പിറകെയും. കുഞ്ഞായയുടെ കൂടിനരികിലെത്തി. അവർ ചാടിയിറങ്ങി എന്നിട്ട് കുഞ്ഞൂട്ടൻ നീട്ടിവിളിച്ചു.

നാല്

"കുഞ്ഞായേ..."

ഭക്ഷണം കഴിച്ചതിനുശേഷം ഓരോന്നാലോചിച്ച് കിടക്കുകയായിരുന്നു കുഞ്ഞായ. അപ്പോഴാണ് പുറത്താരോ വിളിക്കുന്നത് കേട്ടത്. അവൾ വേഗം വാതിൽ തുറന്ന് പുറത്തേക്ക് നോക്കി.

"ങേ! എന്തായിത്!?" അവൾക്കൊന്നും മനസ്സിലായില്ല. വീട്ടിൽനിന്നും മുറ്റത്തേക്കവൾ ഇറങ്ങി.

"ഇത് ഒരു വണ്ടിയാണ്. ഇത് ഞങ്ങൾ കുഞ്ഞായയ്ക്കുവേണ്ടി കൊണ്ടുവന്നതാ." കാളക്കിടാവ് പറഞ്ഞു.

"എനിക്കോ, എന്തിന്?"

"നീ ഇങ്ങനെ അകത്തിരുന്നാൽ പോര. നമുക്ക് ഒരു യാത്ര പോകാം. കുറേ സ്ഥലങ്ങൾ ചുറ്റിക്കറങ്ങി തിരിച്ചെത്താം. ലോകം എന്താണെന്ന് നീ തിരിച്ചറിയണം. നാളെ രാവിലെയാണ് പുറപ്പെടേണ്ടത്. കഴിക്കാനുള്ളതൊക്കെ കവറിലാക്കാൻ നോക്ക്. വണ്ടി ഇവിടെ കിടക്കട്ടെ. ഞങ്ങൾ നാളെ രാവിലെ എത്താം." ഇതും പറഞ്ഞ് കുഞ്ഞായയുടെ മുഖത്ത് വാലുകൊണ്ട് തട്ടി കാളക്കുട്ടൻ തിരിച്ചുനടന്നു. ഒപ്പം മറ്റെല്ലാവരും. കുഞ്ഞൂട്ടൻ മാത്രം അവിടെ നിന്നു. എന്നിട്ട് കുഞ്ഞായയോടായി പറഞ്ഞു.

"കണ്ടില്ലേ അവരുടെയൊക്കെ സ്നേഹം. ഇതാണ് കാടിന്റെ നീതി. ആരും ഒറ്റയ്ക്കല്ല. ഒറ്റപ്പെടാൻ പാടില്ല. ഒരിയ്ക്കലും ഒറ്റപ്പെടുകയുമില്ല. ഇതാണ് നമ്മുടെ മഹത്വം."

അന്തംവിട്ടു നിൽക്കുകയാണവൾ.

"അവർ പറഞ്ഞത് നീ കേട്ടല്ലോ. രാവിലെ തന്നെ എല്ലാം തയ്യാറാക്കി യാത്രയ്ക്ക് ഒരുങ്ങി നിൽക്ക്. ഞാനും വരുന്നുണ്ട്. കൂടെ മണിയനും നെയ്യും. അങ്ങനെ നമ്മൾ നാലുപേരാണ് ഈ വണ്ടിയിൽ യാത്ര തിരിക്കുന്നത്. ഓക്കെ."

കുഞ്ഞൂട്ടൻ പോയിക്കഴിഞ്ഞപ്പോൾ എന്തു ചെയ്യണമെന്നറിയാൻ വയ്യാത്ത അവസ്ഥയായി കുഞ്ഞായയ്ക്ക്. കരയാനും വയ്യ ചിരിക്കാനും വയ്യ. അവൾ വണ്ടിക്ക് ചുറ്റുമൊന്ന് നടന്നു. അകത്ത് കയറിനോക്കാൻ പക്ഷേ ധൈര്യം വന്നില്ല. തിരിച്ച് വീടിനുള്ളിലേക്ക് കയറി യാത്രക്കുള്ള സാധനങ്ങൾ ഓരോന്നായി കവറിലാക്കിത്തുടങ്ങി.

പിറ്റേന്ന് അതിരാവിലെതന്നെ കാട്ടിലെ മുഴുവൻ പേരും കുഞ്ഞായയുടെ വീടിനുമുന്നിൽ തടിച്ചുകൂടി, നാൽവർസംഘത്തെ യാത്രയാക്കാൻ. യാത്രയ്ക്കുള്ള സമയമായി. കുഞ്ഞായയ്ക്ക് കണ്ണുനിറഞ്ഞു. സാധനങ്ങൾ വണ്ടിയിൽ കയറ്റിവെക്കാൻ എല്ലാവരും സഹായിച്ചു. എല്ലാവരും ചേർന്ന് അവരെ യാത്രയാക്കി. കുഞ്ഞായ കൈവീശി യാത്രയായി. കുഞ്ഞൂട്ടനാണ് വണ്ടി ഓടിക്കുന്നത്. കുഞ്ഞായയുടെ കണ്ണുകളിൽ നിന്നും സ്വന്തം കാട് അകന്നകന്നു പോയി.

ചുറ്റും ഇളകിമറിയുന്ന മരച്ചില്ലകൾ. അനന്തമായി നീണ്ടുകിടക്കുന്ന വിളഞ്ഞ നെൽപ്പാടങ്ങൾ. ഇടയ്ക്ക് ചില സ്ഥലങ്ങളിൽ വണ്ടി നിർത്തി അവർ വിശ്രമിച്ചു. യാത്രക്കിടെ കിട്ടുന്ന പഴങ്ങളും വിത്തുകളും ശേഖരിച്ച് വണ്ടിയിൽ നിറച്ചുകൊണ്ടുമിരുന്നു.

ദിവസങ്ങൾ കഴിഞ്ഞു. ഒരുദിവസം വിജനമായ ഒരു സ്ഥലത്ത് അവർ എത്തിച്ചേർന്നു. എല്ലാവരും വണ്ടിയിൽ നിന്നിറങ്ങി. അവിടമാകെ കണ്ണോടിച്ചു. എങ്ങും നിശ്ശബ്ദത. ഒരു ജീവിയെപ്പോലും അവർ അവിടെങ്ങും കണ്ടില്ല. നേരം സന്ധ്യയോടടുക്കുന്നു. ഇന്നത്തെ യാത്ര നമുക്കിവിടെ അവസാനിപ്പിക്കാം.

കുഞ്ഞൂട്ടനണ്ണാന്റെ അഭിപ്രായത്തോട് അവർ എല്ലാവരും യോജിച്ചു. ഓരോരുത്തരായി ചുറ്റുപാടും പരിശോധിച്ചു. ചുരുങ്ങിയ ദിവസത്തെ യാത്രകൊണ്ട് കുഞ്ഞായ കുറേക്കൂടി ഉന്മേഷവതിയായിട്ടുണ്ട്. വിത്തുകളും പഴസത്തും കുടിച്ചുകഴിഞ്ഞപ്പോൾ മൂവരും മയക്കം പിടിച്ചു. എന്നാൽ കുഞ്ഞായക്ക് ഉറങ്ങാനേ സാധിച്ചില്ല. അവൾ ഒരു കൊച്ചുകുട്ടിയുടെ കൗതുകത്തോടെ അവിടമാകെ നടന്നുനോക്കി.

പച്ചപ്പുൽപ്പരപ്പും നല്ല കാറ്റും വിളഞ്ഞുനിൽക്കുന്ന മൾബറി പഴങ്ങളും. കുഞ്ഞായയ്ക്ക് രസം തോന്നി. അവൾ മൾബറി പഴങ്ങൾ

പറിച്ചെടുത്തു.അത് ആവോളം കഴിച്ച് അവയുടെ ഇടയിലൂടെ ഓടി നടന്നു. പയ്യെ അവളിലും മയക്കം വന്നുതുടങ്ങി. ഒരു മൾബറി പഴ ത്തിന്റെ മുകളിൽ തലവെച്ച് അവൾ അറിയാതെ ഉറങ്ങിപ്പോയി. എത്ര സമയം ഉറങ്ങിയെന്നറിയില്ല. ഉണർന്നപ്പോൾ നേരം നന്നേ വെളുത്തിരുന്നു. സ്ഥലകാലബോധം വന്നപ്പോൾ വണ്ടി നിർത്തി യിരുന്ന ഭാഗത്തേയ്ക്കവൾ ഓടി. പക്ഷേ, അവിടെങ്ങും അവൾക്ക് വണ്ടി കണ്ടെത്താൻ സാധിച്ചില്ല. അവൾ ആകെ അമ്പരന്നുപോ യി.

"യ്യോ..." ഇവിടല്ലേ ഇന്നലെ വണ്ടിയിൽ വന്നിറങ്ങിയത്. കുഞ്ഞായ പരിഭ്രമിച്ചു. കുഞ്ഞൂട്ടനേയും മണിയനേയും നെയ്യി നേയും വിളിച്ചുകൊണ്ട് അവിടമാകെ അവൾ ഓടിനടന്നു. എന്നാൽ അവരേയോ വണ്ടിയേയോ കാണാൻ സാധിച്ചില്ല.

മൂന്നുപേരും വണ്ടിയിൽ കിടന്ന് ഉറങ്ങുന്നത് കണ്ടുകൊണ്ടാണ് താൻ പുറത്തേക്കിറങ്ങിയത്. ഇനി വേറെ വല്ല ഭാഗത്തുമാണോ വണ്ടി നിർത്തിയത്?

അഞ്ച്

അപരിചിതമായ അന്തരീക്ഷം. ഒച്ചയും അനക്കവുമില്ല. ചെടികളും വള്ളിപ്പടർപ്പുകളും ഇടതൂർന്ന് നിൽക്കുന്നതിനാൽ മുന്നോട്ട് ഒന്നും കാണാനും സാധിക്കുന്നില്ല. പെട്ടെന്ന് താനിരുന്ന വള്ളി താഴേക്ക് വലിഞ്ഞുലയുന്നതുപോലെ. വള്ളി വലിയുന്ന ഭാഗത്തേക്കവൾ നോക്കി. ഒരു കൊച്ചു മല. ആ മല അനങ്ങുന്നു. അവൾ ഭയന്നുവിറച്ചു. ഇനി ഇതെങ്ങാനുമാണോ ആന? അതെ, ഇത് ആന തന്നെ. ആനയെപ്പറ്റി അമ്മ പറഞ്ഞുകേട്ടിട്ടുണ്ടെങ്കിലും ഇത്രയും അടുത്തു കാണുന്നത് ആദ്യമായിട്ടാണ്. ആനയുടെ കണ്ണിൽപ്പെടാതെ വീതിയുള്ള ഒരു ഇലയുടെ മറവിൽ അവൾ ഒളിച്ചിരുന്നു.

മുൻവശത്തെ കാലുകൾ മടക്കി പുറകോട്ട് വലിഞ്ഞ് ആയാസപ്പെട്ട് ആന താഴേക്ക് അമർന്നിരുന്നു. അടുത്തു നിന്നിരുന്ന മരങ്ങളുടെ ചില്ലകളും ചെടികളും താഴേക്ക് പൊട്ടി അടർന്നുവീണു. പെട്ടെന്ന് കുഞ്ഞായയുടെ മനസ്സിൽ ഒരാശയമുദിച്ചു. ആന എഴുന്നേറ്റ് നടക്കാൻ തുടങ്ങുമ്പോൾ പതുക്കെ വാലിന്റെ അറ്റത്ത് കയറിപ്പറ്റുക. അതിനായി ഈ മണ്ണിൽ പതുങ്ങിയിരിക്കാം. അവൾ വള്ളികൾക്കിടയിലൂടെ ഊർന്നിറങ്ങി. അങ്ങനെ കയറിപ്പറ്റിയാൽ ദൂരെനിന്നേ കുഞ്ഞൂട്ടനെയും മണിയനേയും നെയ്യിനേയും കാണാമല്ലോ. അവൾ ഇപ്പോൾ പഴയതുപോലെ പേടിത്തൊണ്ടിയല്ല. സ്വയം തീരുമാനങ്ങളെടുക്കാൻ കഴിവുള്ള ഒരാളായി മാറിയിട്ടുണ്ട്. അനുഭവങ്ങൾ അവളെ ധൈര്യശാലിയാക്കി മാറ്റി. പ്രതീക്ഷിച്ചതുപോലെ ആന എഴുന്നേറ്റു. അപ്പോൾ അവൾ ആനയുടെ കാലിനിടയിലൂടെ കയറി വാലിൽ പിടിച്ചുതൂങ്ങി ആനപ്പുറത്ത് കയറാനൊരുങ്ങി. എഴുന്നേറ്റുനിന്ന ആന ചെവി കുടഞ്ഞ് തുമ്പിക്കൈ ഉയർത്തി കാടു നടുങ്ങുമാറുച്ചത്തിൽ ചിന്നം വിളിച്ചു. ഇതുകേട്ടതും കുഞ്ഞായ പിടിവിട്ട് താഴെവീണു. കണ്ണ് നിറയെ പൂഴിമണ്ണ് വീണ കുഞ്ഞായയ്ക്ക്

കണ്ണുകാണാൻ പറ്റാതായി. ഒരുതരത്തിലവൾ മണ്ണെല്ലാം കുടഞ്ഞു കളഞ്ഞു. ആനയുടെ കണ്ണിൽപ്പെടാതെ അടുത്തുകണ്ട ഇലയുടെ അടിയിലേക്ക് പതുങ്ങി, ആനയുടെ ചലനം നോക്കിയിരുന്നു.

ആന ഒരു വലിയ തെങ്ങ് വേരോടെ പറിച്ചെടുത്ത് മറിച്ചിട്ടു. കുറേ അവൻ തുമ്പിക്കൈയിലെടുത്ത് വായിലേക്കിട്ട് ചവച്ചരച്ചു. ബാക്കിയുള്ളത് കൊമ്പുകൾക്കിടയിൽ തിരുകി മുന്നോട്ട് നീങ്ങാൻ തുടങ്ങി. കുഞ്ഞായ ഞെട്ടിപ്പോയി. ഇത്രയും വലിയ ഒരു തെങ്ങ് അവൾ ഇതിനുമുമ്പ് കണ്ടിട്ടില്ല. അത്രയും വലിയ ഒരു വൃക്ഷവുമായി കൊമ്പൻ മുന്നോട്ടു നീങ്ങുന്നതുകണ്ട അവൾ വായും പൊളിച്ചിരുന്നുപോയി.

ഇനിയൊരിക്കലും കുഞ്ഞൂട്ടനെയും കൂട്ടുകാരേയും കണ്ടെത്താനാകില്ലെന്ന് കുഞ്ഞായ ഓർത്തു. ഒരിയ്ക്കലും നാട്ടിൽ തിരിച്ചെത്താനാകുമെന്ന് തോന്നുന്നില്ല. ഇവിടെ തന്റെ ജീവിതം അവസാനിക്കുമെന്ന് ഓർത്ത കുഞ്ഞായ പരിഭ്രാന്തയായി. പെട്ടെന്ന് ഒരു ഉൾപ്രേരണയാൽ അവൾ ഒന്നു കുതിച്ചു. ആനയുടെ പുറകിലത്തെ കാലിൽ കയറിപ്പറ്റി. പിടിവിടാതെ അള്ളിപ്പിടിച്ച് വാലിലെത്തി.

വാലിൽ തൂങ്ങിക്കിടക്കുമ്പോൾ ഇവൻ എവിടേക്കായിരിക്കും പോവുക എന്ന ചിന്തയായിരുന്നു. എവിടേക്കായാലും ഇവന്റെ പുറത്തുകയറി സഞ്ചരിക്കുന്നതായിരിക്കും നല്ലത്. അവൾ വാലിൽ മുറുകെ പിടിച്ച് മെല്ലെ ആനയുടെ പുറത്തെത്തി. ഇപ്പോൾ ദൂരെയുള്ള മിക്ക കാഴ്ചകളും കാണുന്നുണ്ട്. ഇവിടെങ്ങാനും തന്റെ കൂട്ടുകാർ ഉണ്ടായിരുന്നെങ്കിൽ. പ്രതീക്ഷയോടെ അവൾ മുന്നോട്ടു നീങ്ങി. ഒടുവിൽ തുറസ്സായ ഒരു സ്ഥലത്തെത്തി. നല്ല വെയിൽ. ചൂടുകൊണ്ട് തലപൊട്ടിപ്പോകുന്നപോലെ. എന്തൊരു ദാഹം. ഒപ്പം ക്ഷീണവും. ആനപ്പുറത്തുനിന്നും പതുക്കെ വയറിനടിഭാഗത്തേക്കവൾ ഇഴഞ്ഞു. ഇപ്പോൾ ചൂടിന് അൽപം ശമനം ഉണ്ട്. പക്ഷേ വയറിന്റെ ഇളക്കത്തിൽ അള്ളിപ്പിടിച്ചിരിക്കാൻ പറ്റുന്നില്ല. തെറിച്ച് താഴെയെങ്ങാനും വീഴുമോ? അവൾ ഭയന്നു. ഇടയ്ക്കൊന്നു കൈവിട്ടു. എന്നാൽ ഒരു രോമത്തിൽ കയറിപ്പിടിക്കാൻ പറ്റിയതിനാൽ രക്ഷപ്പെട്ടു. ഭാഗ്യം.

ഇത്തിരി വെള്ളം കുടിച്ചേ തീരൂ. അല്ലെങ്കിൽ ചത്തുപോകും. സഞ്ചാരത്തിനിടയിൽ തക്കം പാർത്തവളിരുന്നു. നീളമുള്ള ഒരു പുൽനാമ്പ് വഴിയിലെവിടെയെങ്കിലും കാണാതിരിക്കില്ല. പക്ഷേ

അവൾ പ്രതീക്ഷിച്ചതിലും അപ്പുറത്താണ് പിന്നീട് നടന്നത്.

ആന ചിന്നം വിളിക്കാനായി തുമ്പിക്കൈ ഉയർത്തി. തുമ്പിക്കൈയുടെ തുമ്പ് കുഞ്ഞായയുടെ ദേഹത്ത് തട്ടി ദൂരെയുള്ള മുത്തങ്ങാപ്പുല്ലിലേക്ക് മലർന്നടിച്ച് തെറിച്ചുവീണു. ആ വീഴ്ചയിൽ അവളുടെ ബോധം നഷ്ടപ്പെട്ടു. പിന്നീടൊന്നും ഓർമ്മയില്ലാതായി.

ആറ്

കുഞ്ഞൂട്ടനും നെയ്യുറുമ്പും മണിയനും ഉണർന്നെഴുന്നേറ്റു. കുഞ്ഞായയെ കാണാനില്ല. അവർക്കാകെ പരിഭ്രമമായി. അവർ മൂന്നുപേരും വണ്ടിയിൽ നിന്നിറങ്ങി. അവിടെല്ലാം കുഞ്ഞായയെ വിളിച്ചുകൊണ്ടു നടന്നു. അവർക്ക് അവിടെങ്ങും കുഞ്ഞായയെ കണ്ടെത്താൻ കഴിഞ്ഞില്ല. മൂന്നുപേരും നിരാശരായി വണ്ടിക്കരികിൽത്തന്നെ തിരിച്ചെത്തി.

കുഞ്ഞായയുടെ മനസ്സു ശാന്തമാക്കി ജീവിതത്തിലേക്ക് തിരിച്ചുകൊണ്ടുവരാൻ വേണ്ടി ഇറങ്ങിത്തിരിച്ചതാണ്. അവൾക്ക് ധൈര്യം കൊടുക്കാൻ പറ്റിയതുമില്ല. അവളെ കാണാതാവുകയും ചെയ്തിരിക്കുന്നു.

"ഇനി നമ്മൾ എന്തു ചെയ്യും?" നെയ്യുറുമ്പ് പൊട്ടിക്കരഞ്ഞുകൊണ്ട് ചോദിച്ചു.

"ഹേയ്, സമാധാനപ്പെട്, എല്ലാറ്റിനും വഴിയുണ്ട്. അവൾ ഇവിടെത്തന്നെ എവിടെയോ ഉണ്ട്. അവളില്ലാതെ നമുക്ക് തിരിച്ചുപോകാൻ പറ്റില്ലല്ലോ. എങ്ങനെയും അവളെ കണ്ടെത്തണം." ഉള്ളിലെ വിങ്ങൽ പുറത്തു കാണിക്കാതെ കുഞ്ഞൂട്ടൻ പറഞ്ഞു.

ഇനി എന്തു ചെയ്യും? എങ്ങനെ നാട്ടിലേക്ക് തിരിച്ചുപോകും? എത്ര ആലോചിച്ചിട്ടും ഒരെത്തുംപിടിയും കിട്ടിയില്ല.

"നിങ്ങൾ വണ്ടിയിൽ കയറ്. ഇവിടെയെല്ലാം നമുക്ക് ഒന്നുകൂടി നോക്കാം." അവർ മുന്നോട്ടു നീങ്ങി. ചുറ്റുപാടും വളരെ ശ്രദ്ധിച്ചാണ് നീങ്ങിയത്. ശബ്ദം അധികം ഉണ്ടാക്കാതെ വളവുകളും തിരിവുകളും ശ്രദ്ധിച്ച് പതുക്കെപ്പതുക്കെ അവർ മുന്നോട്ടു നീങ്ങി. അൽപം കഴിഞ്ഞപ്പോൾ എന്തോ ഒരു ശബ്ദം. കുഞ്ഞൂട്ടൻ വണ്ടിനിർത്തി ചെവിയോർത്തു. കനത്ത കാലൊച്ച. അത് അടുത്തടുത്ത് വരുന്നു. നെയ്യുറുമ്പും മണിയനുറുമ്പും വണ്ടിയിൽ നിന്നും ചാടിയിറങ്ങി ഇലച്ചാർത്തിനിടയിൽ ഒളിച്ചു. കാട്ടുവള്ളി കൊണ്ട് വണ്ടി കെട്ടിയിട്ട്

കുഞ്ഞൂട്ടനും വേഗം അടുത്തുകണ്ട വാഴയിലേക്ക് ഓടിക്കയറി വാഴ പ്പോളയ്ക്കിടയിലൊളിച്ചു. എന്നിട്ട് ശബ്ദം കേട്ട ഭാഗത്തേക്ക് എത്തി വലിഞ്ഞു നോക്കി. അതാ വരുന്നു പർവ്വതം പോലൊരു രൂപം. ആന ച്ചെവികൾ. കഴുത്തിൽ താമരവള്ളികളാൽ കൊരുത്തിട്ടിരിക്കുന്ന തലയോട്ടികൾ. കൂർത്ത നഖങ്ങൾ, തീക്കട്ടപോലുള്ള കണ്ണുകൾ ഒരു രാക്ഷസനാണെന്നു തോന്നുന്നു.

അലറിക്കൊണ്ട് ആ രൂപം അതുവഴി പാഞ്ഞുപോയി. നെയ്യി ന്റേയും മണിയന്റേയും ശരീരം പൂക്കുലപോലെ വിറച്ചു. അൽപ്പം കഴിഞ്ഞപ്പോൾ അവർ മൂന്നുപേരും പുറത്തുവന്നു. മൂന്നുപേരുടേയും മുഖം ഭയംകൊണ്ട് വിളറിയിരുന്നു. ഒന്നും സംസാരിക്കാൻ കഴി യാതെ മുഖത്തോട് മുഖം നോക്കി അവർ നിന്നു. പെട്ടെന്നാണത് സംഭവിച്ചത്. പാഞ്ഞുപോയന്നു കരുതിയ രാക്ഷസൻ, തിരിച്ചുവ ന്നു. ഒറ്റക്കുതിപ്പിന് മൂവരേയും കൈകളിൽ കോരിയെടുത്ത് നട ക്കാൻ തുടങ്ങി. രാക്ഷസന്റെ വലിയ നഖങ്ങൾക്കിടയിലിരുന്ന് അവർ ഞെളിപിരികൊണ്ടു.

ഒടുവിൽ ഒരു പുഴയുടെ തീരത്തവർ എത്തി. അവിടെ ഭീമാകാ രങ്ങളായ രണ്ടു മരങ്ങൾ ചേർന്നുനിന്നിരുന്നു. ആ മരത്തോട് ചേർന്നുനിന്ന് അയാൾ ഏതൊക്കെയോ മന്ത്രങ്ങൾ ചൊല്ലി. അതാ ആ മരങ്ങൾ ഇരുവശങ്ങളിലേക്കുമായി മാറുന്നു.

താഴേക്കിറങ്ങിപ്പോകാൻ കൽപ്പടവുകൾ. കൽപ്പടവുകൾക്കിരുവ ശവും പന്തങ്ങൾ കത്തിനിൽക്കുന്നു. രാക്ഷസൻ പടവുകളിലേക്കി റങ്ങി. പടവുകൾ ചവിട്ടി താഴേക്കിറങ്ങിച്ചെന്നപ്പോൾ ഒരു കുളം. അതിൽ നിറയെ താമരപ്പൂക്കൾ. താമരക്കുളത്തിന്റെ ഇടതുവശത്തു കൂടി വീണ്ടും രക്ഷസൻ മുന്നോട്ടുതന്നെ പോയി. അങ്ങനെ നട ന്നുനടന്ന് വീണ്ടുമൊരു കൊച്ചുകുളത്തിന്റെ മുൻപിലെത്തി നിന്നു. രാക്ഷസൻ കുളത്തിന്റെ ആദ്യത്തെ പടവിൽ കാലെടുത്തുവച്ചു. അപ്പോൾത്തന്നെ വെള്ളം പിന്നോട്ട് മാറി. കാലെടുത്തുവെക്കുന്ന ഓരോ പടവുകളിൽ നിന്നും വെള്ളം പിൻവലിഞ്ഞുകൊണ്ടിരുന്നു.

ഇറങ്ങിയിറങ്ങി അവർ ഒരു കൊച്ചുപൂന്തോട്ടത്തിലാണ് ചെന്നെ ത്തിയത്. പലതരം പൂക്കളുടെ സമ്മിശ്രഗന്ധം. രാക്ഷസന്റെ കൈക ളിലിരുന്ന് ഞെരിയുകയായിരുന്നിട്ടും മൂന്നുപേരും മൂക്കു വിടർത്തി മണം പിടിച്ചു.

പൂന്തോട്ടത്തിലെത്തിയ രാക്ഷസൻ മൂന്നുപേരെയും ദൂരേക്ക് വലി ച്ചെറിഞ്ഞു. മൂന്നുഭാഗത്തായാണ് അവർ ചെന്നുവീണത്. നെയ്യു

റുമ്പു ചെന്നു വീണത് ചെണ്ടുമല്ലിപ്പൂവിന്റെ ഇതളുകൾക്കിടയിലാണ്. അതുകൊണ്ട് അവന് പരുക്കൊന്നും പറ്റിയില്ല. പൂവിലെ പൂമ്പൊടി അവന്റെ കണ്ണിലും മൂക്കിലും നിറഞ്ഞു. മണിയന് റോസാമുള്ളുകൾകൊണ്ട് ചെറിയ പരുക്കുപറ്റി. കുഞ്ഞൂട്ടനാകട്ടെ ചെറിമരത്തിന്റെ മുള്ളുകൾകൊണ്ട് വാലിന്റെ അറ്റം അൽപം മുറിഞ്ഞുപോയി. നല്ല വേദന. എങ്കിലും മറ്റു രണ്ടുപേരും സുരക്ഷിതരാണോയെന്നറിയാൻ കിടന്ന കിടപ്പിൽത്തന്നെ തലപൊക്കി നോക്കി. രണ്ടുപേർക്കും വലിയ കുഴപ്പങ്ങളൊന്നും തന്നെയില്ലെന്നു കണ്ടപ്പോൾ അവന് സമാധാനമായി.

നെയ്യുറുമ്പും മണിയനുറുമ്പും വേഗം കുഞ്ഞൂട്ടന്റെ അരികിലേക്കിഴഞ്ഞെത്തി. മുറിഞ്ഞുപോയ വാൽഭാഗം രണ്ടുപേരും ചേർന്ന് നാവുനീട്ടി നക്കിത്തുടച്ച് വൃത്തിയാക്കിക്കൊടുത്തു. വേദനയ്ക്ക് അൽപം ആശ്വാസം തോന്നി. കുഞ്ഞായയെ കണ്ടുപിടിക്കാനുള്ള ശ്രമത്തിൽ തങ്ങൾ രാക്ഷസന്റെ പിടിയിൽ അകപ്പെട്ടുപോയല്ലോ. ഇനി എന്തു ചെയ്യും?

പെട്ടെന്ന് എന്തോ നിരങ്ങിനീങ്ങുന്ന ശബ്ദം. അവർ ഞെട്ടിത്തിരിഞ്ഞുനോക്കി. പൂക്കളോ പൂന്തോട്ടമോ കാണുന്നില്ല. പകരം അവിടമാകെ ഇഴഞ്ഞുനീങ്ങുന്ന പാമ്പുകൾ. ഭയംകൊണ്ട് ദേഹമാസകലം വിറയ്ക്കുന്നു. ഇവിടെ ജീവിതം അവസാനിയ്ക്കാൻ പോവുകയാണെന്നോർത്ത് അവർ പരിഭ്രമിച്ചു.

അവിടെയല്ലേ പൂന്തോട്ടം നിന്നിരുന്നത്! വീണ്ടും അവിടേക്ക് അവർ സൂക്ഷിച്ചുനോക്കി. അതെ അവിടെത്തന്നെയാണ്. പക്ഷേ പകരം പലതരത്തിലുള്ള പാമ്പുകൾ. സ്വന്തം കണ്ണുകളെ വിശ്വസിക്കാൻ അവർക്ക് കഴിഞ്ഞില്ല. രാക്ഷസന്റെ മായയാണിത് തീർച്ച.

ഇഴഞ്ഞുവരുന്ന പാമ്പുകളിൽനിന്നും രക്ഷപ്പെട്ടേ മതിയാകൂ. കുഞ്ഞൂട്ടൻ മണിയനേയും നെയ്യിനെയും ചുമലിൽ ഇരുത്തി പാമ്പുകളിൽ നിന്നും ഒഴിഞ്ഞുമാറി. സുരക്ഷിതമായ ഒരു സ്ഥലം കണ്ടെത്താൻ അടുത്തുകണ്ട പാറപ്പുറത്തേക്ക് ചാടിക്കയറി. പക്ഷേ എങ്ങനെ പുറത്തുപോകാൻ? പടികളിൽ ചവിട്ടിയാൽ വെള്ളം അകറ്റാൻ കഴിവുള്ള മന്ത്രങ്ങളോ വശത്തേക്കു നീക്കാൻ പറ്റിയ ജപശക്തിയോ തനിക്കു വശമില്ലല്ലോ. അവർ മുന്നുപേരും പരസ്പരം കെട്ടിപ്പിടിച്ച് പൊട്ടിക്കരഞ്ഞു.

ഏഴ്

ഏതോ രൂക്ഷഗന്ധം മൂക്കിലേക്ക് അടിച്ചുകയറിയപ്പോഴാണ് കുഞ്ഞായയ്ക്ക് ബോധം വീണത്. എന്തിന്റെ മണമാണിത്? എഴുന്നേൽക്കാൻ ശ്രമിച്ചുനോക്കി. പക്ഷെ, കാലിലൊരു മരവിപ്പ്. അനക്കാൻ പറ്റുന്നില്ല. അവൾ തളർന്നു കിടന്നു. അവിടെക്കിടന്നുതന്നെ അവൾ ചുറ്റുപാടും കണ്ണോടിച്ചു.

എവിടെയാണ് താൻ?... ആന തുമ്പിക്കൈകൊണ്ട് തോണ്ടി എറിഞ്ഞത് ഓർമ്മയിൽ വന്നു. ശരിയാണ്.

യ്യോ...! അവൾ പെട്ടെന്ന് എഴുന്നേറ്റു. പക്ഷേ വലത്തെ കാല് നീങ്ങുന്നില്ല. അവൾ കാലിലേക്ക് നോക്കി. ചതഞ്ഞ് നീരുകൊണ്ട് വീർത്തിരിക്കുന്നു. ആ കാലുംകൊണ്ട് ഞാനെങ്ങനെ നടക്കും? കുഞ്ഞൂട്ടനെയും മണിയനേയും നെയ്യിനേയും എങ്ങനെ കണ്ടുപിടിക്കും? അവരെ പെട്ടെന്ന് കണ്ടെത്താമെന്ന് വിചാരിച്ചാണ് ആനയെ കണ്ടപ്പോൾ അതിന്റെ പുറത്ത് കയറിയത്. എത്രയും നേരത്തെ അങ്ങനെ നാട്ടിലുമെത്താം. ഇതിപ്പോൾ നാട്ടിലെത്താനും പറ്റുന്നില്ല. കൂട്ടുകാരെ കാണാനും പറ്റുന്നില്ല.

തൊണ്ട വരണ്ടുപൊട്ടാറായി. എവിടുന്നെങ്കിലും ഇത്തിരി വെള്ളം കിട്ടിയിരുന്നെങ്കിൽ. ഇല്ലെങ്കിൽ ചത്തതുതന്നെ. ശരി, വരുന്നിടത്തു വെച്ചു കാണാം. രണ്ടും കൽപ്പിച്ച് ചതഞ്ഞു വീർത്ത കാലുമായി വലിഞ്ഞിഴഞ്ഞവൾ മുന്നോട്ട് നീങ്ങി.

കൂട്ടുകാരെ എത്രയും പെട്ടെന്ന് കണ്ടെത്തണം. എന്നിട്ട് അച്ഛനും അമ്മയുമൊത്ത് സന്തോഷമായി കഴിഞ്ഞിരുന്ന വീട്ടിൽ തിരിച്ചെത്തണം. അവൾ എഴുന്നേൽക്കാൻ ഒരു ശ്രമം നടത്തി. അപ്പോൾ കുറച്ചകലെ മിന്നാമിന്നി പോലെ ചെറിയ ഒരു വിളക്ക് കത്തുന്നതു കണ്ടു. അവിടെവരെ എങ്ങിനെയെങ്കിലും ഒന്നെത്താൻ പറ്റിയിരുന്നെങ്കിൽ... വിളക്കിനെലക്ഷ്യമാക്കി അവൾ ഇഴഞ്ഞുനീങ്ങി.

കുന്നിൻചരിവിലുള്ള ഒരു കൊച്ചുമാളത്തിൽ നിന്നുമാണ് പ്രകാശം വരുന്നത്. പതുക്കെ അവൾ ആ വീടിനരികിലെത്തി. ഇവിടെ താമസിക്കുന്നവരാരായാലും ഇത്തിരി വെള്ളവും ഭക്ഷണവും ചോദിക്കുകതന്നെ. അവൾ അകത്തേക്ക് നോക്കി. ആരേയും കാണുന്നില്ല.

അവൾ ആ വീടിനുള്ളിലേക്ക് കയറി. ഒരുവശത്ത് കാരറ്റ് കൂട്ടിയിട്ടിരിക്കുന്നു. അതിനരികിലായി പുൽക്കെട്ട്. കുറച്ച് തേങ്ങാമുറികൾ, ഉരുളക്കിഴങ്ങ്, ചിരട്ടനിറയെ വെള്ളവും.

വെള്ളം കണ്ടപ്പോൾ കുഞ്ഞായയ്ക്ക് ദാഹം ഒന്നുകൂടി കലശലായി,അടുത്തെങ്ങും പക്ഷേ ആരെയും കണ്ടില്ല.

"ഇവിടെ ആരെങ്കിലും ഉണ്ടോ?" അവൾ വിളിച്ചു ചോദിച്ചു. അതിന് ഉത്തരം കിട്ടുകയോ പുറത്തേക്ക് ആരും വരികയോ ചെയ്തില്ല. കുഞ്ഞായ വേഗം ചിരട്ടയുടെ ഒരു വശത്തുകൂടി വലിഞ്ഞുകയറി. വളരെ പ്രയാസപ്പെട്ടാണ് ചിരട്ടയുടെ മുകൾവശത്തെത്തിയത്. ആർത്തിയോടെ വെള്ളം കുടിച്ചു. വയറ് നിറയെ വെള്ളം കുടിച്ച് തിരിച്ച് താഴെക്കിറങ്ങി, പുൽക്കെട്ടിൽ ചാരി അൽപനേരം ഇരുന്നു.

ഹോ, എന്തൊരു ആശ്വാസം. ഇത്രയും ഭക്ഷണസാധനങ്ങൾ ഒരുക്കിവെച്ച് ഈ വീട്ടുകാർ എവിടെപ്പോയിരിക്കും? അവൾക്ക് ആകാംക്ഷ അടക്കാനായില്ല. അവൾ കാരറ്റ് ഇരുന്ന തട്ടിൽ കയറി ചുറ്റുപാടും നോക്കി.

ക്ർ... ക്ർ...ക്ർ... ശബ്ദം കേട്ട ദിക്കിലേക്ക് തലതിരിച്ചുനോക്കി. ചാരിവെച്ചിരുന്ന പുൽക്കെട്ട് ഒരു വശത്തേക്ക് അതാ ഇടിഞ്ഞുവീഴുന്നു. പൊടി മുകളിലേക്ക് പറന്നുപൊങ്ങുന്നു. മണ്ണ് ഇളകിമാറുന്നു. ഭയത്തോടെ കുഞ്ഞായ കണ്ണിമയ്ക്കാതെ അവിടേക്ക് തന്നെ നോക്കി.

പുൽക്കുന്തവും പിടിച്ച് കുറച്ച് കുട്ടിമുയലുകൾ. അവർ അകത്തേക്ക് ചാടിക്കയറി.

ങേ! ആരാണിവർ? ഇനി ഇവരാണോ ഈ വീടിന്റെ ഉടമസ്ഥർ!

അവൾ ഒരു മൂലയിലേക്ക് ഒളിയ്ക്കാൻ ശ്രമിച്ചു. നീരുകൊണ്ട് വീർത്ത കാലും കൊണ്ട് വലിഞ്ഞിഴയാൻ നോക്കി. പക്ഷേ അതിനുമുന്നെ തന്നെ അതിൽ ഏറ്റവും കുഞ്ഞനായ മുയൽക്കുഞ്ഞ് അവളെ കണ്ടെത്തിക്കഴിഞ്ഞിരുന്നു.

‘കള്ളി...”

മുകളിലേക്ക് ചൂണ്ടി കുഞ്ഞൻ മുയൽ വിളിച്ചുകൂവി. അവൾ ജീവതത്തിൽ ആദ്യമായാണ് അങ്ങനെയൊരു പേര് കേൾക്കുന്നത്. ഭൂമി പിളർന്ന് താണുപോയെങ്കിൽ എന്ന് ആശിച്ചുപോയി.

ഒരുവിധം വലിഞ്ഞിഴഞ്ഞ് അവൾ അവരുടെ മധ്യത്തിൽ വന്നു നിന്നു. എപ്പോഴാണ് പുൽക്കുന്തം കൊണ്ടുള്ള കുത്തേറ്റ് താൻ ഈ ലോകത്തുനിന്നും യാത്രയാകുന്നതെന്നോർത്ത് കണ്ണുകൾ ഇറുക്കിയടച്ചു. അച്ഛനേയും അമ്മയേയും മനസ്സിൽ കണ്ട് വിറങ്ങലിച്ചവൾ നിന്നു.

കുറച്ചുസമയം കഴിഞ്ഞിട്ടും ഒച്ചയും അനക്കവും ഒന്നുംതന്നെയില്ലാതെ വന്നപ്പോൾ അവൾ പതുക്കെ കണ്ണുതുറന്ന് തലയുയർത്തി നോക്കി. ഒരു അമ്മ മുയൽ മറ്റു മുയലുകളെ അനുനയിപ്പിക്കുന്നു. കുന്തവുമായി തന്റെയരികിലേക്ക് ചാടിവരാൻ ശ്രമിക്കുന്നവരെ തടയുകയും ഉന്തിമാറ്റുകയും ചെയ്യുന്നു.

ങേ!? ആരാണത്?

അവൾക്ക് വിശ്വസിക്കാൻ പറ്റിയില്ല. അവൾ അന്തംവിട്ട് അവരെത്തന്നെ നോക്കിനിന്നു. മനസ്സിലെ ഭയം അൽപാൽപമായി വിട്ടകലാൻ തുടങ്ങിയിരുന്നു. കുഞ്ഞായ ഒന്നും മിണ്ടാതെ അങ്ങനെ തരിച്ചുനിന്നു.

അവരെയെല്ലാം അനുനയിപ്പിച്ചശേഷം അമ്മമുയൽഓടി കുഞ്ഞായയുടെ അരികിലെത്തി. ചുവന്ന മൂക്കുകൊണ്ട് തന്റെ തലയിൽ പയ്യെ തലോടി.

“നീ പേടിച്ചുപോയി അല്ലേ. പേടിക്കണ്ടട്ടോ. ഇവർക്കെല്ലാം എപ്പോഴും പേടിയാണ്. നമ്മൾ വളരെ ചെറിയ ജീവികളല്ലേ. എപ്പോഴും ഏതെങ്കിലും തരത്തിലുള്ള ആപത്തുകൾ നമ്മെപ്പോലുള്ളവരുടെ പിന്നാലെ ഉണ്ടാകും. അതിനാൽ വളരെയധികം സൂക്ഷിക്കണമല്ലോ. അതാണ് അവർ അങ്ങനെയൊക്കെ പെരുമാറിയത്.” കുഞ്ഞായയ്ക്ക് സമാധാനമായി. അമ്മ മുയലിൽ നിന്നും അത്രയും കേട്ടപ്പോൾ പുഞ്ചിരിയോടെ മുയലിന്റെ കൈകൾ കവർന്നുകൊണ്ട് പറഞ്ഞു.

“സത്യമായും ഞാൻ നിങ്ങളുടെ ഭക്ഷണവും വെള്ളവും കവർന്നെടുക്കാൻ വന്നതല്ല. ഞാൻ വലിയ ഒരു പ്രശ്നത്തിന്റെ ഇട

യിൽപെട്ടിരിക്കുകയാണ്.”

കുഞ്ഞായ പിന്നീട് നടന്നതെല്ലാം വിവരിച്ചു.

അവളുടെ സങ്കടം കേട്ടപ്പോൾ എല്ലാവർക്കും അവളെ സഹായിക്കണമെന്ന് തോന്നി.

“തീർച്ചയായും ഞങ്ങൾ എങ്ങനേയും നെയ്യിനെയും മണിയനേയും കുഞ്ഞൂട്ടനെയും കണ്ടെത്തിത്തരാം. അതുവരെ നിനക്കീ കാട്ടിൽ ഞങ്ങളുടെ ഈ കൊച്ചുവീട്ടിൽ സുഖമായി കഴിയാം. കാല് സുഖപ്പെടട്ടെ. അതുവരെ വിശ്രമിക്ക്. അതിനുശേഷം പുറത്തിറങ്ങിയാൽ മതി.”

അമ്മ മുയൽ പറഞ്ഞു നിർത്തി. അപ്പോൾ കുഞ്ഞൻ മുയൽ അവളുടെ അരികിലെത്തി. അവൻ പറഞ്ഞു.

“നീ മുകളിൽ കയറിക്കിടക്കണ്ട. കാല് സുഖമാകുന്നതുവരെ ഇതാ ഇവിടെ ഈ കുഞ്ഞുകുഴിയിൽ നിനക്ക് പുൽമെത്ത വിരിച്ചു തരാം. അവിടെ കഴിഞ്ഞാൽ മതി.”

“എനിക്കിപ്പോൾ വളരെ സന്തോഷം തോന്നുന്നു.” കുഞ്ഞൻ മുയലിന്റെ കൈകൾ കവർന്നുകൊണ്ട് കുഞ്ഞായ ഉറുമ്പ് പറഞ്ഞു.

ദിവസങ്ങൾ കഴിഞ്ഞു. അവൾ അമ്മ മുയലിനോട് പറഞ്ഞു.

“നിങ്ങൾ പുറത്തു പോകുമ്പോൾ ഞാനും വരുന്നു. എത്ര ദിവസമായി ഞാൻ നിങ്ങളെ ബുദ്ധിമുട്ടിക്കുന്നു. നിങ്ങൾ തരുന്ന ഭക്ഷണവും കഴിച്ച് ഞാനിതിനുള്ളിൽതന്നെ ഇരിക്കുകയല്ലേ.”

“ശരി, അങ്ങനെയാകട്ടെ.”

അവളുടെ കാലിലെ നീരൊക്കെ നന്നായി കുറഞ്ഞിരുന്നു. അവർ പുറത്തേക്കിറങ്ങി.

എട്ട്

ഇളംകാറ്റും കൊണ്ട് അവർ മുന്നോട്ടു നടന്നു. നടന്നുനടന്ന് ഒരു പുഴയുടെ തീരത്തെത്തി. അവിടെ മണ്ണുകൊണ്ടുണ്ടാക്കിയ ഒരു കൊച്ചുവീട്. ചെറിയ വാതിൽ. കുഞ്ഞായയ്ക്ക് കൗതുകമായി. അവൾ മുയലുകളോട് പറഞ്ഞിട്ട് അകത്തേക്ക് കടന്നു. വിശാലമായ മുറി. പക്ഷേ വിജനമായിത്തോന്നി. അകത്തേക്ക് കടന്നപ്പോൾ ഒരു കൊച്ചുകുഴി. അവിടെ വലിയ വെളുത്ത മുട്ടകൾ. മുട്ടകളിലേക്ക് എവിടെനിന്നോ വെളിച്ചം പതിക്കുന്നു. അപ്പോൾ അവയ്ക്ക് നല്ല തിളക്കം. അവൾ വേഗം പുറത്തിറങ്ങി. മുയലുകളോട് വിവരം പറഞ്ഞു.

"അതേയോ, എങ്കിൽ അത് ആമകളുടെ മുട്ടയായിരിക്കും. നമുക്ക് കുറച്ചുസമയം ഇവിടെ കാത്തിരിക്കാം. ഇല്ലെങ്കിൽ അമ്മ ആമ വരുമ്പോൾ മുട്ട കാണില്ല. അത് ആ ലോലൻ കൊത്തിക്കുടിച്ചുകൊണ്ട് പോകും. നമുക്ക് നാലുവഴിക്കായി നിൽക്കാം. ആമ എതു വഴിയാണ് വരുന്നതെന്നറിയില്ലല്ലോ."

"ശരി."

ഓരോരുത്തരും ഓരോ വശത്തായി കാത്തുനിൽക്കുകയാണ്. സൂര്യൻ അസ്തമിക്കാൻ തുടങ്ങുന്നു. സ്വർണനിറത്തിലുള്ള പ്രകാശം അവിടമാകെ പരന്നു. അൽപം കഴിഞ്ഞപ്പോൾ അതാ പുഴയുടെ പടിഞ്ഞാറുവശത്തുള്ള കണ്ടൽച്ചെടിയുടെ ഇടയിൽനിന്നും ഒരു തടിച്ച ആമ കയറിവരുന്നു. ആമ വന്ന ഉടനെതന്നെ വീട്ടിലേക്ക് കയറിപ്പോയി. ഇതുകണ്ട കുഞ്ഞൻമുയൽ മറ്റുള്ളവരോട് ഓടിച്ചെന്ന് വിവരം പറഞ്ഞു. അവരെല്ലാവരും മാളത്തിന് മുന്നിൽ വന്ന്കാത്തുനിന്നു. കുറേ അധികം നേരം കഴിഞ്ഞാണ് ആമ പുറത്തേക്ക് വന്നത്. പുറത്തെത്തിയ അമ്മയാമ മാളത്തിനുചുറ്റും നിൽക്കുന്നവരെക്കണ്ട് അന്തംവിട്ടു. പരിഭ്രമം കൊണ്ടവൾ തിരിഞ്ഞ് മാളത്തിനുള്ളി

ലേക്ക് തന്നെ തിരിച്ചുപോകാൻ തുടങ്ങി.

"ഞങ്ങൾ ഉപദ്രവിക്കാൻ വന്നവരല്ല. ഞങ്ങൾ നിന്നെ കാത്തിരിക്കുകയായിരുന്നു."

ങേ! അവൾ അതിശയത്തോടെ എല്ലാവരുടേയും മുഖത്ത് മാറി മാറി നോക്കി. അപ്പോൾ അമ്മ മുയൽ പറഞ്ഞു.

"ഇവിടെ ലോലൻ എന്ന ഒരു പാമ്പ് വന്നുപോകാറ് പതിവുണ്ട്. അവൻ നിന്റെ മുട്ടകൾ എല്ലാം കൊത്തിക്കുടിക്കും. അതുകൊണ്ട് നീ മുട്ടകളെല്ലാം നന്നായി സൂക്ഷിക്കണം.അവൻ ഈ സമയത്താണ് വരാറ് പതിവ്."

"യ്യോ... ശരിയാണ്. കഴിഞ്ഞപ്രാവശ്യം ഇട്ട മുട്ടകൾ ഒന്നും വിരിഞ്ഞ് കാണാൻ എനിയ്ക്ക് ഭാഗ്യമുണ്ടായില്ല. അപ്പോൾ ലോലൻ കൊത്തിക്കുടിച്ചതായിരിക്കും അല്ലേ!?"

അമ്മയാമയുടെ കണ്ണുകളിൽ ഭയം തിങ്ങി നിറഞ്ഞു. അവൾ അകത്തേക്ക് തിരികെ ഓടി. മുട്ടകളിലെല്ലാം ഒന്നുകൂടി തഴുകി തിരികെവന്നു.

"നീ പേടിക്കണ്ട. ഇവിടെ ഞങ്ങളൊക്കെയില്ലേ."

അമ്മ മുയൽ അവളെ സമാധാനിപ്പിച്ചു. അമ്മയാമയ്ക്ക് സമാധാനമായി. എല്ലാവരേയും നന്ദിയോടെ നോക്കി അമ്മയാമ പാറക്കെട്ടിനിടയിലേക്ക് ഊർന്നിറങ്ങി.

സന്ധ്യ ആയപ്പോഴാണ് അമ്മയാമ പിന്നീട് എത്തിയത്. അവൾ എത്തുമ്പോൾ കുഞ്ഞായ ഉറുമ്പും കുഞ്ഞൻ മുയലും മാളത്തിന് മുന്നിൽ കാവൽക്കാരെപ്പോലെ നിലയുറപ്പിച്ചിരിക്കുകയായിരുന്നു.

ഇവർ എത്ര നല്ലവരാണ്. തനിക്കിനി പേടിക്കാതെ കഴിയാം. അവൾ പടിഞ്ഞാറൻ ഭാഗത്തേക്ക് നോക്കി. സ്വർണരശ്മികൾ വാരി വിതറി സൂര്യൻ താഴാൻ തുടങ്ങുന്നു. അല്പനേരം തന്റെ മുട്ടകളുടെ കൂടെ കഴിഞ്ഞിട്ട് എത്രയും വേഗം തിരിച്ചുപോകണം.

അമ്മയാമ നേരം ഇരുട്ടുന്നതുവരെ അടയിരുന്നതിനുശേഷം തിരികെ പോകാനായി പുറത്തെത്തി. രണ്ടുപരോടും അവൾ യാത്ര പറഞ്ഞു. വേഗത്തിലവൾ പാറക്കൂട്ടങ്ങൾക്കിടയിലേക്ക് ഊർന്നിറങ്ങി വെള്ളത്തിൽ ഊളിയിട്ടു.

പിറ്റേന്ന് അമ്മയാമ നേരത്തെതന്നെ എത്തി. നോക്കിയപ്പോൾ മുട്ടത്തോട് ചെറുതായി പൊട്ടിത്തുടങ്ങിയിരുന്നു. അവൾക്ക് സന്തോഷം അടക്കാനായില്ല. പയ്യെപ്പയ്യെ കുഞ്ഞുങ്ങൾ ഓരോ

ന്നായി പുറത്തേക്ക് ഇഴഞ്ഞുവരാൻ തുടങ്ങി. അപ്പോഴേക്കും കുഞ്ഞായയുറുമ്പും കുഞ്ഞൻ മുയലും മറ്റുള്ളവരും ഓടിയെത്തി. എല്ലാവരും ചേർന്ന് പുഴയുടെ തീരത്ത് പാട്ടും നൃത്തവും തുടങ്ങി.

സൂര്യൻ അസ്തമിക്കാറാകുന്നു. അമ്മയാമ തിരക്കു കൂട്ടിത്തുടങ്ങി. തിരിച്ചുപോകാൻ സമയമായി. “നിങ്ങൾ ചെയ്ത സഹായം ഒരിക്കലും മറക്കില്ല. ഞങ്ങൾ ഇപ്പോൾ പോകട്ടെ. ഇനിയും വരാം.”

എല്ലാവരുടേയും കണ്ണുകളിൽ സങ്കടം നിറഞ്ഞു. അവർ സങ്കടത്തോടെ അമ്മയാമക്കും കുഞ്ഞുങ്ങൾക്കും യാത്രാമംഗളം നേർന്നു. പോകുന്നതിനു മുൻപായി അമ്മയാമ പറഞ്ഞു.

“കുഞ്ഞായയുടെ കൂട്ടുകാരെ കണ്ടെത്താനും അവളെ നാട്ടിലെത്തിക്കാനും ഞാനും സഹായിക്കാം. എന്തെങ്കിലും ആവശ്യങ്ങൾ പെട്ടെന്നുണ്ടായാൽ ഈ കണ്ടൽച്ചെടിയുടെ അടുത്തുവന്ന് ചെടിയെ പിടിച്ചുകൊണ്ട് ഈ ‘കക്ക’ത്തോടിൽ മൂന്നു പ്രാവശ്യം ഊതിയാൽ മതി. ആ നിമിഷം ഞാൻ ഓടിയെത്തും.” അതുപറഞ്ഞ് വലത്തെ ഉള്ളം കയ്യിൽ കരുതിയിരുന്ന ഒരു കക്കയെടുത്ത് മുയലുകളുടെ അച്ഛനായ ശങ്കുവിനെ ഏല്പിച്ചു.

തുടർന്ന് കുഞ്ഞുങ്ങൾക്ക് വഴികാണിച്ചുകൊണ്ട് അമ്മയാമ മുൻപിൽ നടന്നു. കുഞ്ഞുങ്ങൾ പുറകെയും. കുഞ്ഞുങ്ങൾ പോകുന്നതുകണ്ടാൽ അവർ ആദ്യമായാണ് ഈ തീരം കാണുന്നതെന്ന് തോന്നുകയേയില്ല. എന്നും പരിചയമുള്ള പാതയിലൂടെ സഞ്ചരിക്കുന്നതായേ തോന്നൂ. അമ്മയാമയും കുഞ്ഞുങ്ങളും കണ്ടൽച്ചെടിയുടെ ഇടയിലൂടെ പാറക്കൂട്ടങ്ങൾക്കപ്പുറത്തേക്ക് മറഞ്ഞു.

ഒമ്പത്

കുഞ്ഞായ അതിരാവിലെ ഉറക്കമുണർന്ന് പുഴയുടെ തീരത്തെത്തി. നല്ല ഇളംവെയിൽ പെട്ടെന്നവൾ തന്റെ കൂട്ടുകാരെ ഓർത്തു. കൺകോണിലൂടെ കണ്ണുനീർ ഒലിച്ചിറങ്ങി. കുഞ്ഞൂട്ടനും മണിയനും നെയ്യുമൊക്കെ എവിടെയായിരിക്കും? ജീവനോടെ ഉണ്ടാവുമോ അവർ? സുഖമായിരിക്കുന്നോ എന്തോ? ഏങ്ങലടക്കി ഒരു പുൽനാമ്പിന്റെ പുറത്തേക്ക് തലവെച്ച് ദൂരേക്ക് കണ്ണുംപായിച്ച് അവളങ്ങനെ ഇരുന്നു.

കുഞ്ഞൻമുയൽ വളവുതിരിഞ്ഞ് നടന്നുവരികയായിരുന്നു. കുഞ്ഞായയുടെ ഇരിപ്പുകണ്ട് അവന് അതിയായ സങ്കടം വന്നു. അവൻ പെട്ടെന്ന് തൊട്ടടുത്തുനിന്നിരുന്ന മുരിക്കിൽ നിന്നും ഒരു ഇല പറിച്ചു. എന്നിട്ട് അത് കുമ്പിളാക്കി പുഴയിലേക്കിറങ്ങി. അതിൽ നിറയെ വെള്ളം കോരിക്കൊണ്ടുവന്നു. പിന്നീട് കുഞ്ഞായയെ നേരെയിരുത്തി കുറേശ്ശെ അവളുടെ വായിലേക്ക് തുള്ളിത്തുള്ളിയായി ഇറ്റിച്ചുകൊടുത്തു, എന്നിട്ട് ഓരോന്നു പറഞ്ഞവളെ സമാധാനിപ്പിച്ചു.

“നീയൊരു വിശേഷം അറിഞ്ഞോ?” കുഞ്ഞായ മുഖം ഉയർത്തി കുഞ്ഞൻ മുയലിനെ നോക്കി.

“ഇന്ന് ഞങ്ങളുടെ വീട്ടിൽ കുറച്ച് അതിഥികൾ വരുന്നുണ്ട്. അമ്മയും അച്ഛനും കൂടെ അവരെ ക്ഷണിക്കാൻ പോയിരിക്കുകയാണ്.”

“അതേയോ?”

എല്ലാം കേൾക്കുന്നുണ്ടെങ്കിലും അവളുടെ മനസ്സ് നീറുകയാണ്.

കുഞ്ഞൻ മുയൽ എത്ര ഭാഗ്യവാൻ. അവന് അച്ഛനും അമ്മയും ഒക്കെയുണ്ട്.

തനിക്ക്...

“ഏയ്, കുഞ്ഞൻ... എന്തു ചെയ്യുകയാണിവിടെ?” കുഞ്ഞനും

കുഞ്ഞായയും നാലുപാടും നോക്കി.

"ഇവിടെ... ഇവിടെ.."

ങേ! മുകളിൽ നിന്നാണല്ലോ. അവർ രണ്ടുപേരും മുകളിലേക്ക് നോക്കി. അവരുടെ തലയ്ക്കു മുകളിൽ രണ്ടു തിത്തിരിപ്പക്ഷികൾ. കുറും തിത്തിരിയും വലം തിത്തിരിയും.

"ഹായ്! തിത്തിരിക്കുഞ്ഞുങ്ങളോ! കണ്ടിട്ട് ഒരുപാട് നാളുകളായില്ലേ. അവിടെ നിക്കാതെ ഇങ്ങ് താഴേക്കിറങ്ങിവാ..."

"ശരി... ശരി... ഞങ്ങൾ ദാ ഇപ്പോൾ തിരിച്ചെത്താം. വെള്ളമുള്ള സ്ഥലം അന്വേഷിച്ചിറങ്ങിയതാ. ഒരുപാട് അന്വേഷിച്ചതിനുശേഷം ഇപ്പോഴാണ് വെള്ളം കണ്ടത്."

തിത്തിരിപ്പക്ഷികൾ പുഴയുടെ തീരത്തേക്ക് പറന്നിറങ്ങി. അവർ പതഞ്ഞൊഴുകുന്ന പുഴയിൽ നിന്നും മതിയാവോളം വെള്ളം കുടിച്ചു. പിന്നീട് പുഴയിലിറങ്ങി നന്നായി മുങ്ങിക്കുളിച്ചു. തൊട്ടടുത്തു കണ്ട പാറപ്പുറത്ത് കയറിയിരുന്ന് ചുറ്റുപാടും നോക്കി. അപ്പോൾ കുറുംതിത്തിരി വലംതിത്തിരിയോട് പറഞ്ഞു.

"ഇനി നമുക്ക് ഇവിടം വിട്ട് എങ്ങും പോകേണ്ട. ദാ, കണ്ടില്ലേ. എത്ര മനോഹരമായ താഴ്വര. വിളഞ്ഞുനിൽക്കുന്ന പാടം. പതഞ്ഞൊഴുകുന്ന പുഴ. ഉയർന്നുനിൽക്കുന്ന കുന്ന്." വലംതിത്തിരിക്കും സന്തോഷമായി.

"അതേ, ഇനി നമുക്ക് ഇവിടെത്തന്നെ താമസിക്കാം."

അവർ രണ്ടുപേരും സന്തോഷം കൊണ്ട് പാറപ്പുറത്ത് നൃത്തം വെച്ചു.

"ബാ... ഇനി നമുക്ക് കുഞ്ഞന്റെ അടുത്തേക്ക് പോകാം. അവർ പുഴയിലിറങ്ങി കുറച്ചുകൂടി വെള്ളം കുടിച്ചു. എന്നിട്ട് കുഞ്ഞൻ മുയൽ ഇരിക്കുന്ന ഭാഗത്തേക്ക് തിരിച്ചുപറന്നു. കുഞ്ഞനെ കെട്ടിപ്പിടിച്ച് വലംതിത്തിരി സന്തോഷം പങ്കുവെച്ചു.

കുഞ്ഞൻ പെട്ടെന്ന് ആതിഥേയനായി. "വരൂ നമുക്കിനി എന്തെങ്കിലും കഴിക്കാം. പിന്നീടാകാം സംസാരം."

അവൻ തന്റെ വീട്ടിലേക്ക് തിത്തിരിപ്പക്ഷികളെ ക്ഷണിച്ചു. കുഞ്ഞന്റെ കൂടെ വീട്ടിലേക്ക് നടക്കുമ്പോഴാണ് കൂടെ നടക്കുന്ന കുഞ്ഞായയെ തിത്തിരികൾ കണ്ടത്.

"ഏയ്, ഇതാരാണ്?"

പണ്ട് കുറുംതിത്തിരിക്ക് ഒരു കട്ടുറുമ്പിന്റെ കടി കിട്ടിയിട്ടുണ്ട്.

ആ ഓർമ്മ മനസ്സിലേക്ക് കടന്നുവന്നു. പെട്ടെന്ന് തിത്തിരി ഞെട്ടി പുറകോട്ട് മാറി.

"അയ്യോ, നീ പേടിക്കയൊന്നും വേണ്ട. ഇത് കുഞ്ഞായയയാണ്. കുഞ്ഞായ ഈ നാട്ടുകാരിയല്ല. ചെറുവള്ളിക്കാട്ടിൽ നിന്നും എത്തിപ്പെട്ടതാണ്."

പിന്നീട് കുഞ്ഞൻമുയൽ കുഞ്ഞായയയുടെ എല്ലാ വിശേഷങ്ങളും തിത്തിരിപ്പക്ഷികളെ പറഞ്ഞുകേൾപ്പിച്ചു. അവർക്ക് സങ്കടമായി. എല്ലാ കാര്യങ്ങളും കേട്ടുകഴിഞ്ഞപ്പോൾ തിത്തിരിപ്പക്ഷികൾ പരസ്പരം നോക്കി. എന്നിട്ട് അർത്ഥഗർഭമായി തലകുലുക്കി. കുഞ്ഞൻ മുയലിന്റെ ആതിഥ്യം സ്വീകരിച്ചതിനുശേഷം പുറത്തേക്ക് വന്ന് തൊട്ടടുത്ത ഒരു മരക്കൊമ്പിൽ പറന്നിരുന്നു. അവർ തമ്മിൽ സംസാരിച്ചു.

"കുഞ്ഞായയയുടെ കൂട്ടുകാരെ നമുക്ക് കണ്ടെത്തിക്കൊടുക്കണം." അതിനെന്താണൊരു വഴി? ഇരുവരും ആലോചനയിലാണ്ടു.

കുഞ്ഞൻമുയലിന്റെ കൂട്ടുകാർ മറ്റുള്ളവരെ സഹായിക്കുന്ന സന്നദ്ധസംഘടനയിലെ അംഗങ്ങളാണെന്നറിഞ്ഞ് കുഞ്ഞായയയ്ക്ക് അല്പം പ്രതീക്ഷയുണ്ടായി. അവൾ തിത്തിരിപ്പക്ഷികൾ ഇരിക്കുന്ന മരക്കൊമ്പിന്റെ താഴെയായി ചെവിയോർത്തിരുന്നു.

കുറുംതിത്തിരി: എനിക്ക് പറ്റുമെന്ന് തോന്നുന്നില്ല.

വലംതിത്തിരി: അങ്ങനെ പറഞ്ഞാൽ എങ്ങനെയാ? നിനക്കല്ലേ ആ മന്ത്രം മരിക്കുന്നതിനുമുൻപ് അമ്മ പറഞ്ഞുതന്നത്.

കുറുംതിത്തിരി: അതൊക്കെ ശരിയാ.. പക്ഷേ ഇതുവരെ പ്രയോഗിക്കേണ്ടിവന്നിട്ടില്ലല്ലോ. അതുകൊണ്ട് ഞാനെങ്ങനെ ചെയ്യും?

വലംതിത്തിരി: നീ ശ്രമിച്ചുനോക്ക്. പൂജയ്ക്കും മറ്റുമായി വേണ്ട സാധനങ്ങൾ ഓർത്തുനോക്ക്. ഞാനും കൂടെ നിന്നെ സഹായിക്കാം. താഴേക്ക് നോക്കിക്കേ. കുഞ്ഞായയയുടെ ഇരിപ്പുകണ്ടോ. കഷ്ടംതന്നെ.

കുറുംതിത്തിരി താഴേക്ക് ചരിഞ്ഞ് നോക്കി. ശരിയാണ്. കുഞ്ഞായ വളരെയധികം വിഷമത്തിലാണ്.

ഒന്നു ശ്രമിച്ചുനോക്കുക തന്നെ. ആ മന്ത്രം പ്രയോഗിക്കണം. പക്ഷേ മന്ത്രം ജപിക്കേണ്ടത് ഹോമകുണ്ഡത്തിനരികിൽനിന്നാണ്. അതിന് ഒരുപാട് സാധനസാമഗ്രികൾ വേണം. ഹോമകുണ്ഡത്തിൽ നിന്നും ഒരു കൊച്ചുതളിക ഹോമത്തിന്റെ അവസാനനിമിഷം

ഉയർന്നുവരും. കാണാതെപോയവരെ കണ്ടെത്താനുള്ള രേഖകൾ ആ തളികയിൽ രേഖപ്പെടുത്തിയിട്ടുണ്ടാകും.

"ശരി നമുക്ക് തുടങ്ങാം."

തിത്തിരിപ്പക്ഷികൾ രണ്ടുപേരും കൂടി ആദ്യം തന്നെ പുൽനാമ്പിന്റെ നീണ്ട ഇലകളിൽ പൂജയ്ക്കുവേണ്ട സാധനങ്ങളുടെ ലിസ്റ്റ് തയ്യാറാക്കാനായി ഇരുന്നു. അതിന് അവൻ ഈർക്കിലിന്റെ അറ്റം ചുണ്ടുകൊണ്ട് പൊട്ടിച്ച് എഴുതാനായി കൂർപ്പിച്ചുവെച്ചു.

സാധനങ്ങൾ എഴുതിയ ലിസ്റ്റ് വളരെ വലുതായിരുന്നു. എല്ലാം കൃത്യമായ അളവിലല്ലെങ്കിൽ പൂജ കഴിയുമ്പോൾ തളികയിൽ ഫലം തെളിഞ്ഞുവരികയില്ല.

ലിസ്റ്റു തയ്യാറായിക്കഴിഞ്ഞപ്പോൾ ഒരു സംശയം. ഇത്രയും സാധനങ്ങൾ കിട്ടുമോ? എവിടുന്ന്കിട്ടും? ആര് ഇതെല്ലാം കൊണ്ടുവരും? കുറുംതിത്തിരി തന്റെ സംശയം വലംതിത്തിരിയോട് പങ്കുവച്ചു.

"ഒരു കാര്യം ചെയ്യാം. നമുക്ക് ശങ്കുമുയലിന്റെ വീട്ടിലേക്ക് പോകാം. വരൂ."

അവർ മാളത്തിനരികിലെത്തിയപ്പോഴാണ് കുഞ്ഞൻമുയലിന്റെ അച്ഛൻ ശങ്കുമുയലും അമ്മ റാണിമുയലും എത്തിയത്. കൂടെ ഓമനത്തമുള്ള ഒരു കുഞ്ഞുമുയലും. 'ഹായ്' കുഞ്ഞൻമുയൽ ഓടിച്ചെന്ന് കുഞ്ഞൻമുയലിന്റെ കൈകൾ കവർന്ന് കെട്ടിപ്പിടിച്ചു. അപ്പോഴേക്ക് കുഞ്ഞായയും ഇഴഞ്ഞവിടെയെത്തി.

"എത്രനാളായി നമ്മൾ തമ്മിൽ കണ്ടിട്ട്, അല്ലേ.. ബാ... നമുക്ക് അകത്തേക്ക് പോകാം."

"നമുക്ക് ഇപ്പോൾ ഇവിടിരിക്കാം. പിന്നെ അകത്തേക്ക് പോകാം. എന്തൊരു ഭംഗിയാണിവിടം കാണാൻ."

കുഞ്ഞുമുയൽ അഭിപ്രായപ്പെട്ടു. റാണിമുയൽ അപ്പോഴേക്ക് വീടിനുള്ളിലേക്ക് പോയി. എല്ലാവർക്കും കാരറ്റു ജൂസും പുൽച്ചോറും കൊണ്ടുവന്ന് നൽകി. രാവിലെ എല്ലാം തയ്യാറാക്കിവെച്ചിട്ട് പോയത് എത്ര നന്നായി.

"ഇത് ചെറുവള്ളിക്കാട്ടിലെ കുഞ്ഞായയല്ലേ."

ങേ! തന്റെ പേരു ചൊല്ലി വിളിക്കുന്നോ? കുഞ്ഞായയുറുമ്പ് ഞെട്ടിത്തരിച്ചുനിന്നു. അവൾ തലയുയർത്തിനോക്കി. ഇവിടെ തന്നെയറിയുന്നവരോ!? അവൾക്കതിശയമായി.

"ങേ!? ഇത്.. ഇത്.. കുട്ടിമാളുവല്ലേ? അവൾ ഓടിച്ചെന്ന് കുട്ടിമാ

ളുവിന്റെ കൈകളിൽ തൂങ്ങി. അവർക്ക് രണ്ടുപേർക്കും അൽപ നേരം സംസാരിക്കാൻ കഴിഞ്ഞതേയില്ല. പിന്നീട് കുട്ടിമാളു കുഞ്ഞായയോട് ചോദിച്ചു.

"നീ എവിടെയായിരുന്നു ഇതുവരെ? കുഞ്ഞൂട്ടനും നെയ്യും മണിയനുമൊക്കെ എവിടെ?"

കുട്ടിമാളു ചുറ്റും കണ്ണോടിച്ചുകൊണ്ട് അന്വേഷിച്ചു. മൂന്നുപേരെയും കാണാത്തപ്പോൾ അവൾ കുഞ്ഞായയുടെ നേരെ തിരിഞ്ഞു. കുഞ്ഞായയുടെ മുഖം വേദനകൊണ്ട് വിങ്ങി. ഉണ്ടായ കാര്യങ്ങളൊക്കെ കുട്ടിമാളുവിനെ പറഞ്ഞുകേൾപ്പിച്ചു.

"അവരെവിടെയാണെന്ന് ഒരറിവുമില്ല. ഈ ചെറിയ ശരീരവും വെച്ച് ഞാനെങ്ങനെ കണ്ടുപിടിക്കും?"

കുട്ടിമാളുവിനെ കെട്ടിപ്പിടിച്ച് അവൾ പൊട്ടിക്കരഞ്ഞു.

"ഛേ..ഛേ..ഛേ.. കരയാതെ, കുഞ്ഞായയുടെ പുറത്ത് തട്ടിക്കൊണ്ട് കുട്ടിമാളു പറഞ്ഞു. നമുക്ക് എങ്ങനെയെങ്കിലും അവരെ കണ്ടെത്താം."

"സമാധാനമായിരിക്ക്. ഞാൻ രണ്ടുമൂന്നു ദിവസം കഴിഞ്ഞേ തിരിച്ചെത്തൂ എന്ന് അമ്മയോട് പറഞ്ഞിട്ടുണ്ട്. എന്തായാലും കുറച്ചുദിവസം ഞാൻ ഇവിടെത്തന്നെ നിൽക്കാം. അവരെ കണ്ടെത്താൻ എനിക്കുംകൂടി ശ്രമിക്കാമല്ലോ."

ഇവരുടെയെല്ലാം സംസാരം ശ്രദ്ധയോടെ കേട്ടുനിൽക്കുകയണ് തിത്തിരിപ്പക്ഷികൾ. ഓരോരുത്തരും സങ്കടപ്പെട്ടിരിക്കുന്നതു കണ്ട് വലംതിത്തിരി അവരുടെ അരികിലേക്ക് പറന്നിരുന്നു. എന്നിട്ട് പറഞ്ഞു.

"നിങ്ങൾ സങ്കടപ്പെടേണ്ട. നമുക്ക് അവർ എവിടെയുണ്ടെന്ന് കണ്ടെത്താൻ പറ്റും."

"ങേ!?" അവരെല്ലാവരും ഒറ്റശ്വാസത്തിൽ ചോദിച്ചു.

"അതെ, അതിന് കുറച്ച് പരിശ്രമം വേണം. നിങ്ങൾ എല്ലാവരും ഒന്നിച്ച് എന്നോടൊപ്പം നിൽക്കാമെങ്കിൽ കാര്യങ്ങൾ കുറേക്കൂടി എളുപ്പമാകും. എന്താ തയ്യാറല്ലേ?"

ഞാൻ നിൽക്കും, ഞാൻ നിൽക്കും, ഞാനും. അവർ ഓരോരുത്തരായി വിളിച്ചുപറഞ്ഞു.

"എങ്കിൽ ഇതാ ഈ ലിസ്റ്റൊന്ന് നോക്കിക്കേ."

കുറുംതിത്തിരി തൊട്ടു മുന്നിൽ നിന്നിരുന്ന കുട്ടിമാളുവിന്റെ

കൈകളിലേക്ക് കൊടുത്തു.

മലർ

എള്ള്

മുക്കൂറ്റി

വയമ്പ്

നറുനീണ്ടി

കൊടിത്തൂവ

ആഞ്ഞിലിക്കുരു

ആനച്ചെവിടി

കുട്ടിമാളു വായിച്ചുനോക്കിയിട്ട് എല്ലാവരുടേയും മുഖത്തേക്ക് മാറിമാറി നോക്കി. എന്നിട്ട് പറഞ്ഞു.

"ഇതൊക്കെ എങ്ങനെ സംഘടിപ്പിക്കും? കണ്ടിട്ടും കേട്ടിട്ടും പോലുമില്ലാത്ത സാധനങ്ങളാണല്ലോ ഇവയൊക്കെ?"

കുട്ടിമാളുവിന്റെ കയ്യിൽനിന്നും ലിസ്റ്റ് വാങ്ങി കുഞ്ഞൻ മുയൽ വായിച്ചു.

"കൊടിത്തൂവ, മുക്കുറ്റി, എള്ള്.. ഇത് മൂന്നും പച്ചതത്തയുടെ വയലിലുണ്ട്."

"നീ ആ ലിസ്റ്റൊന്ന് ഉറക്കെ വായിച്ചേ." അടുക്കളയിലെ ജോലി കളൊക്കെ ഒതുക്കി തിരിച്ചെത്തിയ റാണിമുയൽ കൈതുടച്ചുകൊണ്ട് പറഞ്ഞു. അവൻ ലിസ്റ്റിലെ പേരുകൾ ഓരോന്നായി വായിക്കാൻ തുടങ്ങി.

"വൂപ്പിക്കുരങ്ങനോട് പറഞ്ഞാൽ ആഞ്ഞിലിക്കുരുവും നറുനീ ണ്ടിയും മലരും കൊണ്ടുത്തരും. ആടലോടകം ഒരു കയ്പൽ ചെടി യാണ്. ഒരു തവണ അതിന്റെ ഇല അബദ്ധത്തിൽ കഴിച്ച് രണ്ടുദി വസം ഞാൻ വയറുവേദനയും തലകറക്കവും വന്ന് കിടപ്പിലായി പ്പോയി."

അതോർത്തപ്പോൾ റാണിമുയൽ തലകുടഞ്ഞുപോയി.

"അതെ, അതെ, അന്ന് വൈദ്യൻ ശങ്കരൻ കാളയാണ് മറുമരുന്ന് നൽകി ഇവളെ രക്ഷപ്പെടുത്തിയത്." ശങ്കു മുയൽ കൂട്ടിച്ചേർത്തു.

"എന്നാൽ പിന്നെ ശങ്കരൻ കാളയെ ഒന്നു കണ്ടുനോക്കിയാലോ? ഇതിൽ ഏതെങ്കിലുമൊക്കെ സാധനങ്ങൾ അദ്ദേഹത്തിന്റെയടുത്ത് കാണാതിരിക്കില്ലല്ലോ." റാണി മുയൽ ഓർമ്മപ്പെടുത്തി.

"ശരി, നമുക്ക് രാവിലെ തന്നെ ശങ്കരൻ കാളയെ കാണാൻ

പോകാം. ഇപ്പോൾ നേരം ഇരുട്ടിത്തുടങ്ങിയില്ലേ." ശങ്കു പറഞ്ഞു.

റാണി മുയൽ എല്ലാവർക്കുമുള്ള കിടക്ക വിരിച്ചു.

'എന്നാൽ ഞങ്ങൾ ഇതാ അത്തിമരത്തിലുണ്ട്' എന്നു പറഞ്ഞ് തിത്തിരിപ്പക്ഷികൾ പുറത്തേയ്ക്ക് പറന്നുപോയി.

നേരം ഇരുട്ടിത്തുടങ്ങുന്നതേയുള്ളൂ. കുറുംതിത്തിരി ഇലച്ചാർത്തുകൾക്കിടയിലിരുന്ന് പടിഞ്ഞാറൻ മാനത്തേക്ക് നോക്കി. സൂര്യൻ അസ്തമിച്ചിരുന്നെങ്കിലും മങ്ങിയ വെളിച്ചമുണ്ടായിരുന്നു. മിന്നാമിന്നികൾ വെളിച്ചവുമായി പുറത്തിറങ്ങിത്തുടങ്ങി. ഒഴുകിയകന്നുപോകുന്ന പുഴ, പൂത്തുവിരിഞ്ഞു നിൽക്കുന്ന വള്ളിച്ചെടികൾ, വിടർന്നു വരുന്ന പൂക്കളുടെ ഗന്ധം കാറ്റിൽ അവിടമാകെ പരന്നു. എത്ര മനോഹരമാണ് ഇവിടം.

അമ്മ ഒരിയ്ക്കൽ ഇവിടെവന്ന് തിരിച്ചെത്തിയപ്പോഴാണ് ഇവിടെയുള്ളവരുടെ സഹകരണത്തെക്കുറിച്ചും അവർ മറ്റുള്ളവർക്കു വേണ്ടി ചെയ്യുന്ന സേവനത്തെക്കുറിച്ചും പറഞ്ഞുകേട്ടിട്ടുള്ളത്. അങ്ങനെയാണ് സന്നദ്ധസംഘടനയിൽ അംഗമാകുന്നതും മറ്റുള്ളവർക്കുവേണ്ടി സഹായങ്ങൾ ചെയ്തുതുടങ്ങിയതും.

"എന്നായാലും ഈ ലോകം വിട്ട് നമ്മൾ പോയേ തീരൂ. പക്ഷേ പോകുമ്പോൾ സൽപേര് നിലനിർത്തിയിട്ടുവേണം തിരികെപ്പോകാൻ. കാട്ടിലെ എല്ലാ ജീവികളും പിന്നീടുള്ള കാലം നമ്മെ ഓർത്തിരിക്കണം."

അമ്മ പറഞ്ഞ വാക്കുകൾ അപ്പോൾ അവന്റെ കാതുകളിൽ മുഴങ്ങി. അമ്മയുടെ ഓർമ്മകൾ കടന്നുവന്നപ്പോൾ അവന്റെ കൺകോണിലൂടെ കണ്ണുനീർ ഒലിച്ചിറങ്ങി. എപ്പഴോ അവന്റെ കണ്ണുകൾ അടഞ്ഞു.

നേരം നന്നേ പുലർന്നതിനുശേഷമാണ് കുറുംതിത്തിരി കണ്ണു തുറന്നത്.

ഹോ! നേരം നന്നേ വെളുത്തിരിക്കുന്നു. അവൻ നോക്കുമ്പോൾ വലംതിത്തിരി താഴെയിരുന്ന് വെയിലു കായുകയാണ്. അവൻ പറന്ന് വലംതിത്തിരിയുടെ അടുത്തെത്തി. ശബ്ദംകേട്ട് തിരിഞ്ഞ വലംതിത്തിരി കുറുംതിത്തിരിയോടായി പറഞ്ഞു.

"നമുക്ക് ഹോമം തുടങ്ങാൻ വേണ്ട സജ്ജീകരണങ്ങൾ ചെയ്യണ്ടേ?"

"അതെ അതെ വേണം. എത്രയും നേരത്തെ തുടങ്ങിയാൽ അത്രയും നന്ന്."

അവർ ചെടികൾക്കിടയിലേക്ക് പറന്നിറങ്ങി. പഴങ്ങളും വിത്തുകളും പൊട്ടിച്ചുതിന്നു. അതിനുശേഷം പുഴയിലിറങ്ങി വെള്ളം കുടിച്ചു. പിന്നീട് ശങ്കുമുയലിന്റെ മാളത്തിനരികിലെത്തി, അവരെ വിളിച്ചു.

"ഞങ്ങൾ ഇതാ എത്തുകയായി."

മാളത്തിനുള്ളിൽ നിന്നും മറുപടി വന്നു. അവരെല്ലാവരും ഒന്നിനു പിറകെ ഒന്നായി പുറത്തേക്ക് വന്നു. ഏറ്റവും അവസാനം കുഞ്ഞായയയും.

"വരൂ നമ്മൾ പണി തുടങ്ങുകയാണ്. ഹോമകുണ്ഡം തീർക്കാനുള്ള സ്ഥലം ആദ്യം നോക്കാം."

കുറുംതിത്തിരിയും വലംതിത്തിരിയും പറന്നും മറ്റുള്ളവരെല്ലാം പുഴയുടെ തീരത്തുനിന്നും നടന്നും ഉള്ളിലേക്ക് പോയി. ഒരു ആലും മാവും മുന്നിലൊരു കുളവും കണ്ടപ്പോൾ കുറുംതിത്തിരി പറന്നു നിന്നുകൊണ്ട് വലംതിത്തിരിയോടായി പറഞ്ഞു.

"ദാ, താഴോട്ട് നോക്കിക്കേ. ഇവിടം ഹോമത്തിന് പറ്റിയ സ്ഥലമാണോയെന്ന് നോക്കാം." രണ്ടുപേരും താഴേക്ക് പറന്നിറങ്ങി. അപ്പോഴേക്കും മറ്റുള്ളവരും നടന്നെത്തക്കഴിഞ്ഞിരുന്നു. എല്ലാവരും കൂടി സ്ഥലവും പരിസരവും നടന്നുകണ്ടു. "എന്തുകൊണ്ടും നല്ല സ്ഥലംതന്നെ." തിത്തിരി പറഞ്ഞു.

ശങ്കുമുയലും റാണിമുയലും ചുറ്റുപാടും നന്നായി നോക്കി. കുളം നിറയെ താമരപ്പൂക്കൾ. നീന്തിനടക്കുന്ന മാനത്തുകണ്ണികൾ. ഒരുപാട് പേരെ ഒന്നിച്ചു കണ്ടപ്പോൾ മാനത്തുകണ്ണികൾ തങ്ങളുടെ തലകൾ മുകളിലേക്ക് ഉയർത്തി അഭിവാദ്യം ചെയ്തു. കുഞ്ഞായയുറുമ്പ് ഇതുകണ്ട് ഓടിച്ചെന്ന് പ്രത്യഭിവാദ്യം ചെയ്തു. എന്നിട്ട് തന്റെ കൂട്ടുകാരെ കണ്ടെത്താനുള്ള ഹോമം നടത്താനായി സ്ഥലം അന്വേഷിച്ചു വന്നതാണെന്നും ഇവിടെയാണ് ഹോമം നടത്തുന്നതെന്നും പറഞ്ഞു.

"അതെയോ, സന്തോഷം. ഞങ്ങളെക്കൊണ്ട് ചെയ്യാൻ പറ്റുന്ന സഹായം ഞങ്ങളും ചെയ്തുതരാം. ആവശ്യമുണ്ടെങ്കിൽ പറയണേ."

കൂട്ടത്തിൽ ഇളംമഞ്ഞക്കളറിൽ സ്വർണവരയുള്ള മാനത്തുകണ്ണി പറഞ്ഞു.

നന്ദിയോടെ കുഞ്ഞായ കൈകൾ കൂപ്പി. തിരിച്ച് കുട്ടിമാളുവിന്റെ അരികിലേക്ക് നടന്നപ്പോൾ ചെടികളിൽ വിരിഞ്ഞുനിൽക്കുന്ന പൂക്ക

ളിൽ നിന്നും തേൻ കുടിക്കുന്ന പൂമ്പാറ്റകളേയും തേൻകുരുവിക ളേയും കണ്ടു.

തികച്ചും ശാന്തമായ അന്തരീക്ഷം. എന്തുകൊണ്ടും പൂജ നട ത്താൻ പറ്റിയ സ്ഥലം തന്നെ.

“അതെ, നമ്മളിപ്പോൾ സ്ഥലം കണ്ടുപിടിച്ചുകഴിഞ്ഞു. ഇനി നമുക്ക് വേണ്ടത് പൂജാസാധനങ്ങളാണ്. വൈദ്യൻ ശങ്കരൻ കാള യുടെ അടുത്തുപോകുന്ന കാര്യം ഇന്നലെ നമ്മൾ പറഞ്ഞില്ലേ. ഉടനെ അദ്ദേഹത്തിന്റെയടുക്കൽ പോകാം. അവിടുന്ന് എന്തെല്ലാം സാധനങ്ങൾ കിട്ടുമെന്ന് നോക്കാം. പിന്നീട് ബാക്കിയുള്ളവ യ്ക്കുവേണ്ടി തിരഞ്ഞുപോയാൽ മതിയല്ലോ.” കുറുംതിത്തിരിയുടെ അഭിപ്രായത്തോട് എല്ലാവരും യോജിച്ചു.

“എല്ലാവരുംകൂടി ഇപ്പോൾ അങ്ങോട്ട് പോകണ്ട. കുഞ്ഞൻമു യലും കുഞ്ഞായയും കുട്ടിമാളുവും റാണിയും കൂടെ ഇവിടെനിന്ന് ഹോമകുണ്ഡം തീർക്കട്ടെ. നമുക്ക് മൂന്നുപേർക്കും കൂടി ശങ്കരൻ വൈദ്യനെ കാണാൻ പോകാം.” വലംതിത്തിരി പറഞ്ഞു.

ശങ്കുമുയൽ നേരത്തെ ശങ്കരൻകാളയുടെ അടുത്തുപോയിട്ടുണ്ട ല്ലോ. അവൻ മുന്നിൽ നടന്നു. കൂടെ തൊട്ടുമുകളിൽ പറന്നുപറന്ന് കുറുംതിത്തിരിയും വലംതിത്തിരിയും.

വൈദ്യൻ കാളയുടെ എരുത്തിലിലേക്ക് തിരിയുന്ന ഭാഗമെത്തി. അവിടെ ഒരു വലിയ പുളിമരവും അതിനെ ചുറ്റിവരിഞ്ഞ് വള്ളിപ്പ ടർപ്പുകളും നിൽപുണ്ട്. ശങ്കു മുയലിന് മറുവശത്തേക്ക് കടക്കാൻ പറ്റാത്ത അവസ്ഥയിൽ ഇരുന്നുപോയി.

മുന്നോട്ടു പറന്നുപോയ തിത്തിരികൾ ശങ്കുവിനെ കാണാഞ്ഞ് തിരികെ പറന്നു.

‘ദാ, ശങ്കു ആ വള്ളിപ്പടർപ്പിനു പിന്നിൽ ഇരിക്കുന്നു. ബാ, നമുക്ക് പോയിനോക്കാം.”

അവർ പറന്ന് ശങ്കുവിന് അരികിലായി ഇരുന്നു. അപ്പോഴേക്കും ശങ്കു വള്ളിപ്പടർപ്പിലേക്ക് തലവെച്ച് ഉറങ്ങിപ്പോയി.

“അയ്യോ. ഇതെന്തുപറ്റി? ഒന്നും മനസ്സിലാകുന്നില്ലല്ലോ.”

അവർ രണ്ടുപേരും ചേർന്ന് ശങ്കുവിനെ കുലുക്കിയുണർത്താൻ നോക്കി. അപ്പോഴേക്കും ശങ്കു പുറകോട്ട് മറിഞ്ഞുവീണു.

ങേ! ആ രണ്ടു പക്ഷികളും ഞെട്ടിപ്പോയി. അവർക്ക് എന്തു ചെയ്യ ണമെന്ന് പെട്ടെന്ന് മനസ്സിലായില്ല.

“അമ്മ പറഞ്ഞുതന്ന മന്ത്രം ഓർമ്മയില്ലേ. നിന്റെ ഇടത്തെ ചിറകിനിടയിലെ വെള്ള പൊടിത്തൂവലില്ലേ. അത് പെട്ടെന്ന് എടുത്ത് ശങ്കുവിന്റെ തലയ്ക്കുമുകളിൽ മൂന്നുവട്ടം കറക്ക്. എന്നിട്ട് അദ്ദേഹത്തിന്റെ മൂക്കിൽ മൂന്നുപ്രാവശ്യം വീശൂ. വേഗം... വേഗം...” വലംതിത്തിരി പറഞ്ഞു.

കുറുംതിത്തിരി വേഗം ഇടതുവശത്തെ ചിറകിനിടയിൽനിന്നും വെള്ളപൊടിത്തൂവൽ വലിച്ചെടുത്തു. മൂന്നുപ്രാവശ്യം ശങ്കുവിന്റെ തലയ്ക്കുമുകളിൽ കറക്കി. പിന്നീട് മൂന്നുപ്രാവശ്യം മൂക്കിലും വീശിക്കൊടുത്തു. അവരെ രണ്ടുപേരെയും അത്ഭുതപ്പെടുത്തിക്കൊണ്ട് ശങ്കുമുയൽ ഉണർന്നു. ചാടിയെഴുന്നേറ്റ് ചുറ്റും നോക്കി.

“എന്തുപറ്റിയതാണ് ശങ്കൂ?” അവർ രണ്ടുപേരും ഒറ്റശ്വാസത്തിൽ ചോദിച്ചു.

“അവിടെ വരെ വന്നതറിയാം. എന്തിലോ എന്റെ തല മുട്ടിയതായി ഓർക്കുന്നു. പിന്നെയൊന്നും എനിക്കോർമ്മയില്ല.”

എന്തിലായിരിക്കും ശങ്കുവിന്റെ തല മുട്ടിയത്. രണ്ടുപേരും ചേർന്ന് അവിടമാകെ ചികയാൻ തുടങ്ങി. അതാ തറയിലൊരു തകിട്. പിടിയുള്ള ഒരു ലോഹപ്പാളിയാണല്ലോ.

ഈ പിടിയിലായിരിക്കണം ശങ്കുവിന്റെ തലയിടിച്ചത്. അവർ ലോഹപ്പാളിയിലെ പിടി ശക്തിയായി മുകളിലേക്ക് വലിച്ചു.

ക്ർ... ക്ർ... കരകരശബ്ദത്തോടെ പിടി അടർന്നുമാറി, ലോഹപ്പാളി ഇരുവശത്തേക്കും നീങ്ങി. അതാ ഒരു തുരങ്കം. താഴേക്കിറങ്ങിപ്പോകാൻ ധാരാളം കൽപടവുകൾ. അവർ ഭയംകൊണ്ട് വിറക്കാൻ തുടങ്ങി. പെട്ടെന്നവർ ലോഹപ്പാളി തിരിച്ചടച്ച് പിന്നോട്ടു നടന്നു മാറി.

“ഇപ്പോൾ നമ്മൾ ഇതിനുള്ളിലേക്കിറങ്ങി സമയം കളയണ്ട. നമുക്ക് അത്യാവശ്യം വേണ്ടത് കുഞ്ഞായയുടെ കൂട്ടുകാരെ കണ്ടെത്തുക എന്നതാണ്. അതിനാൽ ഹോമത്തിനുവേണ്ട സാധനങ്ങൾ കണ്ടെത്തി ഹോമം എത്രയും പെട്ടെന്ന് ആരംഭിക്കാൻ നോക്കാം.”

കുറുംതിത്തിരി ശങ്കുമുയലിന്റെ ഇടം ചെവിയിലും വലംതിത്തിരി വലത്തെ ചെവിയിലും കൊത്തി തൂക്കിയെടുത്ത് വള്ളിപ്പടർപ്പ് കടത്തി. വെള്ളരിപ്പാടം കടന്ന് അവർ വൈദ്യൻ ശങ്കരന്റെ വീട്ടിലെത്തി.

പത്ത്

അവിടെയെത്തിയപ്പോൾ വൈദ്യൻ നന്ദിനിപ്പശുവിന്റെ ദേഹത്ത് പറ്റിയിരിക്കുന്ന പ്രാണികളെയെല്ലാം ആട്ടിയോടിക്കുകയായിരുന്നു. ഒപ്പം കിങ്ങിണിക്കിടാവിന് പുല്ല് നീക്കിയിട്ടുകൊടുക്കുകയും. നന്ദിനി ശങ്കരനോട ചേർന്നു നിൽക്കുകയാണ്.

തിത്തിരിപ്പക്ഷികൾ ചുറ്റും കണ്ണോടിച്ചു. തൂത്ത് വെടിപ്പാക്കി ചാണകം തളിച്ചിട്ടിരിക്കുന്ന മുറ്റം. വിവിധ തരത്തിലുള്ള ഔഷധ സസ്യങ്ങൾ വിളഞ്ഞുനിൽക്കുന്ന തൊടി. ഔഷധമരുന്നുകളുടെ ഗന്ധം അവിടെങ്ങും നിറഞ്ഞുനിൽക്കുന്നു. കൊള്ളാം എത്ര ശാന്തം. മുറ്റത്തേക്ക് കടന്നുചെന്നത് വൈദ്യൻ അറിഞ്ഞില്ല. തിത്തിരിപ്പക്ഷികൾ ഒന്ന് കൊക്കിച്ചിലച്ചു. മൂന്നുപേരും ഒന്നിച്ച് ഞെട്ടി തലയുയർത്തി.

ശങ്കുമുയലിനോടൊപ്പം അപരിചിതരായ രണ്ടുപേർ.

"ങ്ഹാ, ശങ്കുവോ? എന്താ ശങ്കൂ വിശേഷം?" വൈദ്യൻ ചോദിച്ചു. വിവരങ്ങൾ വൈദ്യരെ പറഞ്ഞുകേൾപ്പിച്ചു. വൈദ്യർ മുഴുവനും ശ്രദ്ധയോടെ കേട്ടുനിന്നു.

"ഓഹോ, അപ്പോൾ അങ്ങനെയാണ് കാര്യം അല്ലേ?"

വൈദ്യർ ദൂരേക്ക് നോക്കി ചിന്തയിലാണ്ടു. എന്നിട്ട് തൊടിയിലേക്ക് ചൂണ്ടിക്കൊണ്ട് പറഞ്ഞു.

"നത്തയ്ക്ക ഒഴിച്ച് ബാക്കി എല്ലാ സാധനങ്ങളും എന്റെയീ ഔഷധത്തോട്ടത്തിലുണ്ട്. ഞാനും നന്ദിനിയും കൂടി നട്ടുനനച്ചുവളർത്തുന്നവയാണ് അതൊക്കെ. പക്ഷേ, പകരം അഞ്ചുകെട്ട് പുല്ല് എനിക്ക് കൊണ്ടുത്തരണം. എന്താ പറ്റുമോ?" ഗൗരവത്തിൽ വൈദ്യൻ ചോദിച്ചു.

"തീർച്ചയായും. ഞങ്ങളെല്ലാവരും കൂടി വിചാരിച്ചാൽ രണ്ടുമൂന്നുദിവസം കൊണ്ട് അത്രയും പുല്ല് പറിച്ചെടുക്കാം." ശങ്കുമുയൽ

പെട്ടെന്ന് പറഞ്ഞു.

'ശരി. ആയിക്കോട്ടെ, നിങ്ങൾ പുല്ലുമായി വരൂ."

"എങ്കിൽ ഞങ്ങളങ്ങോട്ടിറങ്ങുകയാണ്. അഞ്ചുകെട്ട് പുല്ലുമായി രണ്ടുമൂന്നു ദിവസത്തിനുള്ളിൽ എത്താം."

അവർ വൈദ്യന്റെ വീട്ടിൽനിന്നും ഇറങ്ങി. തിരികെ വള്ളിപ്പടർപ്പി നടുത്തെത്തിയപ്പോൾ പഴയതുപോലെ തിത്തിരിപ്പക്ഷികൾ രണ്ടു പേരും ചേർന്ന് ശങ്കുമുയലിന്റെ ചെവികളിൽ പിടിച്ച് തൂക്കിയെടുത്ത് വള്ളിപ്പടർപ്പു കടത്തി, അവർ കുളത്തിൻ കരയിലേക്ക് തിരിച്ചു. അവിടെ എത്തിയപ്പോഴേക്കും കുഞ്ഞൻമുയലിന്റെ നേതൃത്വത്തിൽ ഹോമകുണ്ഡത്തിനു വേണ്ട കളംവരച്ച് വെടിപ്പാക്കിയിട്ടിരുന്നു.

ശങ്കരൻ വൈദ്യന്റെ വീട്ടിൽ പോയ വിവരം ശങ്കു അവരെ ധരിപ്പിച്ചു.

"അതിനെന്താ, നാളെ രാവിലെതന്നെ പുല്ലുചെത്താൻ തുടങ്ങാം. ഇന്ന് നമുക്ക് വീട്ടിലേക്ക് തിരിച്ചുപോകേണ്ട. ഇവിടെ എവിടെയെങ്കിലും തന്നെ കഴിഞ്ഞുകൂടാം."

റാണിമുയൽ പറഞ്ഞപ്പോൾ തിത്തിരിപ്പക്ഷികളും അതു ശരിവച്ചു. കുളത്തിന്റെ കൽപടവുകളിറങ്ങി അവർ ഓരോരുത്തരായി മുങ്ങിത്തോർത്തി വന്നു. ഇലക്കുമ്പിളിൽ വിത്തുകളും കാരറ്റും റാണിമുയൽ വിളമ്പി എല്ലാവരും ചേർന്ന് കഴിച്ചു.

ഇനി നമുക്ക് നാളെ കാണാം. എല്ലാവരും പരസ്പരം ശുഭരാത്രി നേർന്ന് അവരവർ തെരഞ്ഞെടുത്ത സ്ഥാനത്തേക്ക് ഉറങ്ങാനായി പോയി.

തിത്തിരിപ്പക്ഷികൾക്ക് പക്ഷേ ഉറങ്ങാൻ കഴിഞ്ഞില്ല. അവർ തിരിഞ്ഞും മറിഞ്ഞും കിടന്നു. ആകെയൊരു അസ്വസ്ഥത. കുഞ്ഞായയുടെ കൂട്ടുകാരെ കണ്ടെത്തിക്കൊടുക്കാമെന്ന് വാക്കുകൊടുത്തിരിക്കുകയാണ്. ഹോമത്തിന്റെ പ്രധാനസ്ഥാനം വഹിക്കേണ്ട കർമിയുടെകാര്യത്തിന് ഇതുവരെ തീരുമാനമായിട്ടില്ല. അത് കരയിൽ ജീവിക്കുന്നതായിരിക്കരുത്. അതാണ് നത്തക്കയെ ആചാര്യനായി വേണമെന്ന് പറഞ്ഞത്. അദ്ദേഹവുംകൂടി വന്നെങ്കിലേ പൂജ തുടങ്ങാൻ പറ്റുകയുള്ളൂ. ഹോമം തീരുന്നതുവരെ ആചാര്യന്റെ സാന്നിധ്യം പൂർണമായും അവിടെ നിറഞ്ഞുനിൽക്കുകയും വേണം. എങ്കിൽ മാത്രമേ ഹോമകുണ്ഡത്തിൽനിന്നും ഉയർന്നുവരുന്ന തളികയിൽ കാണാതെ പോയവർ എവിടെയുണ്ടെന്ന് തെളിയൂ. ഹോമം

വിജയിക്കൂ. എന്താണൊരു വഴി?

രണ്ടുപേരും ആലിൻചില്ലയിലേക്ക് പറന്നിരുന്നു.

"നമുക്ക് അതിനൊക്കെ വഴി കണ്ടെത്താം. നീ വിഷമിക്കാതിരി." വലംതിത്തിരി കുറുംതിത്തിരിയെ ഓരോന്ന് പറഞ്ഞ് സമാധാനിപ്പിച്ചു.

"എന്തായാലും നേരം പുലരട്ടെ."

കാട് നിലാവിൽ കുളിച്ച് നിശ്ചലം നിൽക്കുകയാണ്. നേർത്ത ഇളംകാറ്റ് വീശി. പലതരം പൂക്കളുടെ സമ്മിശ്രഗന്ധം അന്തരീക്ഷത്തിൽ നിറഞ്ഞു. കുളത്തിൽ താമരപ്പൂക്കൾ ഉറക്കം തൂങ്ങി നിൽക്കുന്നു. മരച്ചില്ലകൾക്കിടയിലൂടെ നിലാവ് കുളത്തിലേക്ക് പെയ്തിറങ്ങി. മീൻകുഞ്ഞുങ്ങൾ ഉറക്കത്തിൽ നിന്നും ഞെട്ടി കൗതുകത്തോടെ ചുറ്റും നോക്കി. എത്ര മനോഹരമായ കാഴ്ച.

അദൃശ്യമായ ഏതോ ശക്തിയാണ് ഇതുവരെയുള്ള എല്ലാകാര്യങ്ങളും നടത്തിത്തന്നത്. ബാക്കിയുള്ള കാര്യങ്ങളും ആ ശക്തി തന്നെ നടത്തിത്തരും. അവന് ആത്മവിശ്വാസം ഇരട്ടിച്ചു. പയ്യെ ഉറക്കത്തിലേക്കവൻ വഴുതി വീണു.

നേരം പുലരുന്നതിനുമുമ്പേ തിത്തിരിപ്പക്ഷികൾ ഉണർന്നു. അവർ കുളക്കരയിലേക്ക് പറന്നുവന്നു. അപ്പോഴേക്കും കുഞ്ഞനും കുഞ്ഞായയും കുട്ടിമാളുവും അവിടേക്ക് വന്നു. ഇമ പൂട്ടാതെയുറങ്ങുന്ന മീൻകുഞ്ഞുങ്ങളെ കണ്ട് അവർ കുശലം ചോദിച്ചു. മീൻകുഞ്ഞുങ്ങൾ ചിരിച്ചുകൊണ്ട് സുപ്രഭാതം ആശംസിച്ചു.

"ഞങ്ങൾ താമസിച്ചില്ലല്ലോ." ശങ്കുവും റാണിയും പുറകെ എത്തി.

"ഹേയ്, ഇല്ലേയില്ല, പക്ഷേ ഒരു വിഷയമുണ്ട്."

"എന്താ?" ഉദ്വേഗത്തോടെ ശങ്കു തിരക്കി. 'നത്തയ്ക്ക'യുടെ കാര്യം തീരുമാനമായില്ലല്ലോ."

"ആചാര്യനും കൂടിയുണ്ടെങ്കിലല്ലേ പൂജ പൂർണമാവുകയുള്ളൂ. ഹോമം തീരുന്നതുവരെ ആചാര്യന്റെ സാമീപ്യം മുടങ്ങാതെ ഉണ്ടായിരിക്കണം. ബാക്കിയെല്ലാം ശങ്കരൻ വൈദ്യന്റെ ഔഷധത്തോട്ടത്തിൽ നിന്നും കൊണ്ടുവരാമല്ലോ."

"അതെയതെ, ആദ്യം നമുക്ക് അഞ്ചുകെട്ട് പുല്ല് ശേഖരിക്കാൻ നോക്കാം. അത്രയും പുല്ല് കൊടുത്തെങ്കിലല്ലേ ഔഷധസസ്യങ്ങൾ വൈദ്യൻ തരികയുള്ളൂ. പിന്നീട് നമുക്ക് നത്തക്കയെ അന്വേഷിച്ച്

പോകാം.” വലംതിത്തിരി പറഞ്ഞു.

രാവിലത്തെ ആഹാരത്തിനുശേഷം അവർ എല്ലാവരും പുല്ല് പറിക്കാനായി ഇറങ്ങി. നേരം സന്ധ്യയാകുന്നതുവരെ പുല്ല് പറിച്ചിട്ടും മുന്ന്കെട്ട് പുല്ലേ പറിച്ചെടുക്കാൻ പറ്റിയുള്ളൂ. കുളത്തിലിറങ്ങി കയ്യും കാലും കഴുകി കെട്ടിവെച്ച പുല്ലുകളിൽ വെള്ളം തളിച്ച് അത്താഴം കഴിച്ച് അവർ ഉറങ്ങാൻ കിടന്നു. പിറ്റേന്നും അതിരാവിലെ ഉണർന്ന് അവർ പുല്ലിനുപോയി. പറിച്ചെടുക്കുന്ന പുല്ലുകൾ കെട്ടിവെക്കുന്നത് തിത്തിരിപ്പക്ഷികളാണ്. അങ്ങനെ ഏകദേശം ഉച്ചയോടെ രണ്ടുകെട്ട് പുല്ലുംകൂടെ പറിച്ചെടുക്കാൻ പറ്റി.

“ഇനി നമുക്ക് വൈദ്യന്റെയടുത്തേക്ക് പോകാം.” വലംതിത്തിരി പറഞ്ഞു.

‘ഭക്ഷണം കഴിഞ്ഞിട്ടാകട്ടെ’ എന്ന് ശങ്കു. വെണ്ടയ്ക്കാ സ്റ്റ്യൂവും പയറുവിത്ത് കൊണ്ടാട്ടവും കഴിച്ചതിനുശേഷം അഞ്ചുകെട്ട് പുല്ലുമായി എല്ലാരും കൂടെ ശങ്കരൻ വൈദ്യന്റെ എരുത്തിലിലേക്ക് തിരിച്ചു.

കുട്ടിമാളുവിന്റെ ചെവിക്കരികിലാണ് കുഞ്ഞായ ഇരുന്നത്. പുല്ലിന്റെ കെട്ടുകൾ മാറിമാറി കൈകളിലേന്തി അവർ നടന്നുപോവുകയാണ്. അതുകൊണ്ട് ആർക്കും വലിയ ക്ഷീണം തോന്നിയില്ല. അതിനിടയിൽ പലതരം കാഴ്ചകൾ കണ്ടു.

വയലിൽനിന്നും കുഴലിലെന്നപോലെ വെള്ളം വലിച്ചുകുടിക്കുന്ന കൊക്കുണ്ട്. അതിന്റെ പിന്നാലെ പാത്തും പതുങ്ങിയും നടക്കുന്ന മൈന. ഒരു പച്ചത്തത്ത നൻമണി വിത്തുകൾ കൊത്തിപ്പറക്കുന്നു... അങ്ങനെ കാഴ്ചകൾ കണ്ട് കണ്ട് വൈദ്യന്റെ എരിത്തിലിൽ എത്തിച്ചേർന്നതറിഞ്ഞില്ല.

പുല്ലിന്റെ കെട്ട് താഴെയിറക്കാൻ വൈദ്യന്റെ സഹായിയായ മുട്ടനാട് ഓടിവന്നു. വൈദ്യൻ എരിത്തിലിൽ നിന്നിറങ്ങിവന്ന് പുൽക്കെട്ടുക്കൾ ഓരോന്നായി എടുത്ത് പരിശോധിച്ചു. പിന്നീട് അകത്തുചെന്ന് തയ്യാറാക്കിവെച്ചിരുന്ന പൂജാസാധനങ്ങൾ ശങ്കുമുയലിന് കൈമാറി.

വൈദ്യരോട് നന്ദി പറഞ്ഞ് അവിടെ നിന്നും തിരിച്ചിറങ്ങുമ്പോൾ വെയിൽ നന്നേ താണിരുന്നു. വേഗം വേഗം നടന്നതിനാൽ സന്ധ്യയ്ക്കുമുമ്പേ അവർ കുളത്തിന്റെ കരയിൽ തിരിച്ചെത്തി. കുളത്തിലിറങ്ങി മുങ്ങിക്കുളിച്ചപ്പോൾ ക്ഷീണമെല്ലാം പമ്പ കടന്നു. പിന്നീട്

ഭക്ഷണം കഴിച്ച് ഉറങ്ങാനായി അവരവരുടെ സ്ഥലത്തേക്ക് നീങ്ങി.

എന്നാൽ എല്ലാവരും ഉറങ്ങിയിട്ടും ഉറക്കം വരാതിരുന്ന ഒരാളുണ്ടായിരുന്നു.

'കുഞ്ഞായ'

അവൾക്ക് ഉറക്കം വന്നതേയില്ല. പൂജയ്ക്കുവേണ്ട എല്ലാ സാധനങ്ങളും കിട്ടിക്കഴിഞ്ഞു. 'നത്തക്ക' ആചാര്യനൊഴിച്ച്. ആചാര്യനെ എങ്ങനെ ഇവിടെ എത്തിക്കും?

അവൾ തല പുകഞ്ഞാലോചിച്ചു. ആലോചിച്ചാലോചിച്ച് ഉറക്കം വരാതെ തിരിഞ്ഞും മറിഞ്ഞും കിടന്ന് എപ്പോഴോ ഉറങ്ങിപ്പോയി. വൈകി ഉറങ്ങിയിട്ടും നേരത്തേതന്നെ കുഞ്ഞായ ഉണർന്നെഴുന്നേറ്റു.

കയ്യും കാലും മുഖവുമൊക്കെ കഴുകിവന്നപ്പോഴേക്കും റാണി മുയൽ എല്ലാവർക്കും പുൽജ്യൂസും കാരറ്റ് അരച്ചതും വിളമ്പിവെച്ചിരുന്നു. അതിൽ ഇത്തിരി കഴിച്ചെന്നു വരുത്തി കുഞ്ഞായ പുറത്തേക്കിറങ്ങി. എല്ലാവരുടേയും മുഖം മ്ലാനമാണ്. തന്നെയിത്രമാത്രം എല്ലാവരും സ്നേഹിക്കുന്നുണ്ടല്ലോ. സന്തോഷവും ഒപ്പം സങ്കടവും ഇരട്ടിച്ചു.

ഓരോരുത്തരുടെയും മനസ്സിൽ ആചാര്യനെക്കുറിച്ചാണ് ചിന്ത.

എവിടെപ്പോയാൽ കാണാം? കണ്ടാൽത്തന്നെ ഇവിടെ വരെ എങ്ങനെ കൊണ്ടുവരും?

ആരും ഒന്നും മിണ്ടുന്നില്ല.

തിത്തിരിപ്പക്ഷികൾ ഇരിക്കുന്ന മരത്തിന്റെ തൊട്ടുചുവട്ടിലായി കുഞ്ഞായയും പോയിരുന്നു. എന്തൊക്കെയോ കുശുകുശുക്കുന്നതു കേൾക്കാം. പക്ഷേ മനസ്സിന്റെ ആകുലത കൊണ്ടാവാം പറയുന്നതൊന്നും ചെവിയിൽ പതിക്കുന്നില്ല.

സൂര്യൻ ഉദിച്ചുപൊങ്ങി. ഇളംകാറ്റ് വീശുന്നു. കാറ്റിൽ പറന്നുപോകാതിരിക്കാൻ വേരിനിടയിലേക്ക് മുഖം പൂഴ്ത്തി അവളിരുന്നു. മീൻ കൊത്തിക്കൊണ്ട് കുളത്തിൽനിന്നും കൊറ്റികൾ പറന്നുപൊങ്ങി. കൽപടവുകൾക്ക് മുകളിലേക്ക് ഒരു തവള കയറി, അവളിരുന്ന ഭാഗത്തേക്ക് ചാടിച്ചാടി വന്നു. അതുകണ്ടപ്പോൾ അവൾക്ക് അമ്മ ആമയെ ഓർമ്മവന്നു. പെട്ടെന്ന് മനസ്സിലേക്ക് ഒരാശയം പൊട്ടിമിന്നി. അതെ, അമ്മ ആമയെ ഒന്നു കണ്ടാലോ. ആമയ്ക്ക് തന്നെ സഹായിക്കാൻ കഴിഞ്ഞേക്കും.

ഇളംവെയിൽ കാഞ്ഞുകൊണ്ടിരുന്ന കുഞ്ഞൻ മുയലിനോട് ഓടിച്ചെന്ന് അവൾ വിവരം പറഞ്ഞു. ഇതുകേട്ടതും കുഞ്ഞൻ വീട്ടിനുള്ളിലേക്ക് ഒറ്റയോട്ടം. അവൻ അച്ഛനോടും അമ്മയോടും വിവരം പറഞ്ഞു.

ങേ!! അവരുടെ മുഖം പ്രസന്നമായി തിത്തിരിപ്പക്ഷികൾ ഇരിക്കുന്ന മരത്തിന്റെ ചുവട്ടിലേക്ക് റാണിയും ശങ്കുവും വേഗത്തിൽ നടന്നു. കുഞ്ഞായയും കുഞ്ഞൻമുയലും പിറകെയും.

ശങ്കുമുയൽ തിത്തിരികളെ താഴേക്ക് വിളിച്ചു. അവർ താഴേക്ക് പറന്നിറങ്ങി. കുഞ്ഞായ സൂചിപ്പിച്ച വിവരം ശങ്കു തിത്തിരികളോട് പങ്കുവെച്ചു.

“അതെയോ...” അവർക്ക് സന്തോഷമായി.

“എങ്കിൽ നമുക്ക് ഇപ്പോൾ തന്നെ പുറപ്പെട്ടാലോ?”

“നിൽക്ക് നിൽക്ക്. ഒരു മിനിറ്റ്. അമ്മയാമതന്ന ‘കക്ക’ ഞാൻ വീട്ടിൽ വെച്ചിരിക്കുകയാണ്. അതുംകൂടി ഒന്നെടുത്തിട്ടു വരട്ടെ.” ശങ്കു പറഞ്ഞു.

അപ്പോഴാണ് എല്ലാവർക്കും അക്കാര്യം ഓർമ്മ വന്നത്. ശങ്കുമുയൽ ഒറ്റയോട്ടത്തിന് ‘കക്ക’യുമായി തിരിച്ചെത്തി. പിന്നീട് അവരെല്ലാവരും പുഴയുടെ തീരത്തേക്ക് പോയി.

പതിനൊന്ന്

കണ്ടൽച്ചെടിയെ പിടിച്ചുകൊണ്ട് 'കക്ക'ത്തോടിൽ മൂന്നു പ്രാവശ്യം ശങ്കുമുയൽ ഊതി. പെട്ടെന്ന് പുഴയുടെ മധ്യഭാഗത്തായി ഒരു ചുഴി രൂപപ്പെട്ടു. അവിടെയുള്ള തിര മേൽപ്പോട്ടുയർന്നു. പിന്നെയതു ശാന്തമായി. ഉയർന്നുവന്ന തിരയതാ കരയിലേക്ക് നീങ്ങുന്നു. തിരയുടെ ഇങ്ങേയറ്റത്ത് അമ്മയാമ വെള്ളത്തിൽ കുളിച്ചു കയറി വരുന്നു. കരയിൽ നിന്നവർ ഇതുകണ്ട് ആർപ്പുവിളിച്ചു.

"ഞാൻ നിങ്ങളെയൊന്നും മറന്നതല്ല. ഇടയ്ക്ക് ഞാൻ ഇതുവഴി കടന്നുപോകാറുണ്ട്. അല്പം മുകളിലായി കയറിവന്ന് നിങ്ങളെ ഓരോരുത്തരെയായി വിളിക്കും. പക്ഷേ നിരാശയോടെ തിരികെപ്പോവുകയാണ് പതിവ്. എന്തായാലും എല്ലാവരേയും ഇപ്പോൾ കാണാൻ പറ്റിയല്ലോ. സന്തോഷം തന്നെ."

അമ്മയാമ എല്ലാവരോടും കുശലം പറഞ്ഞു.

"എന്താ എല്ലാവരുംകൂടി ഒന്നിച്ച് ഇറങ്ങിത്തിരിച്ചത്? എന്താ ആരുടെയും മുഖത്ത് ഒരു സന്തോഷവും ഇല്ലാത്തത്? എന്താ, എന്തു പറ്റി?"

"അതൊ.." കുട്ടിമാളുവിന്റെ ചെവിയുടെ അറ്റത്തുനിന്നും കുഞ്ഞായയെ താഴെയിറക്കിക്കൊണ്ട് ശങ്കുമുയൽ പറഞ്ഞു.

"കുഞ്ഞായ വഴിതെറ്റി ഞങ്ങളുടെ കൂടെ വന്നതാണെന്ന് നിനക്കറിയാമല്ലൊ.അങ്ങനെയിരിക്കെ ഒരുദിവസം തിത്തിരിപ്പക്ഷികൾ ഇവിടെ വിരുന്നുവന്നു. അവരൊരു ഹോമം നടത്തിനോക്കാമെന്നു പറഞ്ഞു. അങ്ങനെ ചെയ്യുകയാണെങ്കിൽ അവർ ജീവിച്ചിരിപ്പുണ്ടോ? അതൊ മരിച്ചോ? ജീവനോടുണ്ടെങ്കിൽ അതെവിടെ? എന്നൊക്കെ കണ്ടുപിടിക്കാൻ കഴിയുമത്രെ.

പൂജയ്ക്കുവേണ്ട സാധനങ്ങൾ എല്ലാം സംഘടിപ്പിച്ചു. ഇനി ഒരാചാര്യൻ വേണമല്ലൊ. ആ ആചാര്യനുവേണ്ടിയാണ് ഇപ്പോൾ നിന്നെ

ഞങ്ങൾ വിളിച്ചുവരുത്തിയത്?”

“ങ്ഹാ, പറഞ്ഞോളൂ. ഏത് ആചാര്യനേയാണ് ഞാൻ കൊണ്ടുവരേണ്ടത്?”

“നത്തയ്ക്ക’യേയാണ് ആചാര്യസ്ഥാനത്ത് കണ്ടിരിക്കുന്നത്. നിങ്ങളുടെ കൂടെയല്ലേ അവർ ജീവിക്കുന്നത്. എന്താ ഈ ചടങ്ങിലേക്ക് എത്തിക്കാൻ പറ്റുമോ?”

അല്പസമയത്തേക്ക് അമ്മയാമയ്ക്ക് ഒന്നും മിണ്ടാൻ പറ്റിയില്ല. അവൾ ഓരോരുത്തരുടേയും മുഖം മാറിമാറി നോക്കി.

എല്ലാവരും ആശയോടെ തന്നെത്തന്നെ നോക്കിനിൽക്കുകയാണ്. എന്താണിവരോട് പറയുക? നത്തയ്ക്കയെ അടുത്തറിയാം. പക്ഷേ ആചാര്യൻ വലിയ മൂശേട്ടക്കാരനാണ്. അനുസരിപ്പിക്കാൻ പ്രയാസവും. മക്കളെ നീന്തൽ പരിശീലിപ്പിക്കാൻ കൊണ്ടുപോകുമ്പോഴും തിരിച്ചുവരുമ്പോഴും വഴിയിൽ വെച്ച് കാണാറുണ്ട്. അപ്പോഴൊക്കെ ഗൗരവക്കാരനായ അദ്ദേഹത്തോട് സംസാരിക്കണമെന്ന് തോന്നിയിട്ടേയില്ല. പക്ഷേ ഇതൊന്നും വിഷമിച്ചുനിൽക്കുന്ന ഇവരോട് പറയാൻ പറ്റില്ല. ഒരിയ്ക്കൽ തന്റെ കുഞ്ഞുങ്ങളെ കാത്തുസൂക്ഷിച്ചവരാണിവർ. എങ്ങനെയും ഇവരെ സഹായിച്ചേ പറ്റൂ.

പെട്ടെന്നവൾ റാണിമുയലിന്റെ കൈകൾ കവർന്നുകൊണ്ടു പറഞ്ഞു.

“നിങ്ങൾക്ക് ഒരാവശ്യം വരുമ്പോൾ ഞാൻ സഹായിക്കേണ്ടത് എന്റെ കടമയാണ്. ഞാനൊന്ന് ശ്രമിച്ചുനോക്കട്ടെ. നാളെ ഇതേസമയം ഞാനിവിടെത്താം.” ഇങ്ങനെ പറഞ്ഞ് എല്ലാവർക്കും കൈകൊടുത്ത് കണ്ടൽച്ചെടിയുടെ വേരിനിടയിലൂടെ പുഴയിലേക്ക് തിരിച്ചുപോയി.

കണ്ടൽച്ചെടിയുടെ ഇടയിലൂടെ മുങ്ങാംകുഴിയിടുമ്പോൾ ആചാര്യനെ എങ്ങനെ സമ്മതിപ്പിക്കുമെന്ന ചിന്തയായിരുന്നു അമ്മയാമയ്ക്ക്. ആചാര്യന്റെ കോപത്തിന് പലതവണ ഞാൻ സാക്ഷിയായിട്ടുണ്ട്. അത്ര ക്ഷിപ്രകോപിയും ഗൗരവക്കാരനുമാണ്.

അമ്മയാമയ്ക്ക് കൈച്ചിട്ട് ഇറക്കാനും വയ്യ മധുരിച്ചിട്ട് തുപ്പാനും പറ്റാത്ത അവസ്ഥയായി. തന്റെ കുഞ്ഞുങ്ങളെ രക്ഷിച്ചവരെ സഹായിച്ചേ തീരൂ. വരുന്നതുവരട്ടെ. ആചാര്യനെ നേരിട്ടു കാണുകതന്നെ. വിവരം പറഞ്ഞ് സമ്മതിപ്പിക്കണം.

അടുത്തദിവസം രാവിലെ ജോലിയെല്ലാം ഒതുക്കി ആചാര്യന്റെ വീട്ടിലേക്ക് പോകാനായി ഇറങ്ങി. ദൂരെനിന്നേ കണ്ടു – ആചാര്യന്റെ വീട്ടിലെ തിരക്ക്. അദ്ദേഹത്തെ കാണാനും കാര്യസാധ്യത്തിനുമായി കാത്തുനിൽക്കുന്നവരാണവർ. അതിനൊപ്പം അമ്മയാമയും കയറിനിന്നു. ഇടയ്ക്കിടയ്ക്ക് രണ്ടു ഞണ്ടുകൾ വന്ന് നിശ്ശബ്ദരായി നിൽക്കാൻ പറയുന്നു.

അൽപസമയം കഴിഞ്ഞു. ഒരുപറ്റം സീൽമീനുകളുടെ മധ്യത്തിലായി മേൽമുണ്ട് പുതച്ച് വാ മാത്രം തുറന്നുപിടിച്ച് അതാ വരുന്നു ആചാര്യൻ 'നത്തയ്ക്ക'. ഓരോരുത്തരായി തൊഴുതുനിന്നുകൊണ്ട് സങ്കടം പറയുകയാണ്. ആചാര്യൻ അതിനൊക്ക വേണ്ട പരിഹാരങ്ങൾ നിർദ്ദേശിക്കുന്നുമുണ്ട്. അതോടെ അവരൊക്കെ സമാധാനത്തോടെ തിരിച്ചുപോകുന്നു. ഒടുവിൽ അമ്മയാമയുടെ ഊഴമായി. അവൾ മടിച്ചുമടിച്ച് വന്നകാര്യം അവതരിപ്പിച്ചു.

ആചാര്യന്റെ മുഖം ചുവന്നുതുടുത്തു. ഇദ്ദേഹത്തിന്റെ പ്രതികരണം എന്താണാവോ? തന്നെയിപ്പോൾ ഭസ്മമാക്കിയതുതന്നെ. അവൾ അടുത്തുകണ്ട ആമ്പൽവള്ളിയിൽ മുറുകെ പിടിച്ചു. പെട്ടെന്ന് ആ മുഖം പ്രസന്നമായി. തന്റെ നേരെ നോക്കിക്കൊണ്ട് ചോദിച്ചു,

"ഹോമം നടക്കുന്ന സ്ഥലം എവിടെയാണ്?"

"ഈ പുഴയിൽനിന്നു കയറി കുറച്ചുമാറി ഒരു കുളമുണ്ട്. അതിന്റെ കരയിൽ ഒരാൽമരവും. അതിന്റെ ചുവട്ടിലാണ്."

"ഉം, ശരി; ഞാൻ പങ്കെടുക്കാൻ തീരുമാനിച്ചിരിക്കുന്നു." എന്നിട്ട് അദ്ദേഹം തിരിഞ്ഞ് മറ്റുള്ളവരോടായി പറഞ്ഞു.

"ശരി, ഇനി ആരും നിൽക്കണ്ട. ബാക്കിയൊക്കെ ഞാൻ തിരിച്ചുവന്നിട്ടാകട്ടെ. എല്ലാവരും ഇപ്പോൾ പോയ്ക്കൊള്ളൂ."

നത്തയ്ക്ക ഇത്ര പെട്ടെന്ന് സമ്മതം മൂളുമെന്ന് അവൾ സ്വപ്നത്തിൽപോലും വിചാരിച്ചില്ല. കാഴ്ചയിൽ കുള്ളനാണെങ്കിലും മനസ്സാക്ഷിയുള്ളവനാണ് ആചാര്യൻ.

അമ്മയാമ ഒന്നുകൂടി ഒതുങ്ങിനിന്ന് പറഞ്ഞു

"എങ്കിൽ നമുക്ക് അങ്ങോട്ടേക്ക് പുറപ്പെടാം."

"ഓ, ശരി."

അമ്മയാമ അപ്പോൾത്തന്നെ ആചാര്യനേയും പുറത്തിരുത്തി

മുകളിലേക്ക്, മുകളിലേക്ക് തുഴഞ്ഞു. ഒടുവിൽ കണ്ടൽച്ചെടിയുടെ ഇടയിലൂടെ പുഴയുടെ തീരത്തേക്ക് കാലെടുത്തുവച്ചപ്പോൾ നേരം ഉച്ചയായിരുന്നു. അത്തിമരച്ചോട്ടിൽ കുട്ടിമാളുവും കുഞ്ഞൻമുയലും ശങ്കുവും റാണിയും തിത്തിരിപ്പക്ഷികളും അവരെ കാത്തിരിക്കുക യായിരുന്നു.

അമ്മയാമയെ കണ്ടയുടനെ അവരെല്ലാവരും ഓടിയെത്തി. അടു ത്തെത്തിയപ്പോഴാണ് അമ്മയാമയുടെ പുറത്ത് പുതിയ ഒരാളെക ണ്ടത്. അവരെല്ലാവരും ഒന്നു പിന്നോക്കം മാറി.

“ഹേയ്, ആരും പേടിക്കേണ്ട. ഇതാ നിങ്ങളുടെ ആചാര്യനെ കൊണ്ടുവന്നിരിക്കുന്നു.” അമ്മയാമ വിളിച്ചുപറഞ്ഞു.

ആമപ്പുറത്തുനിന്നും പിന്നിലെ വലത്തെ കാലിലൂടെ ‘നത്തയ്ക്ക’ ആചാര്യൻ താഴെയിറങ്ങി. എല്ലാവരും ആചാര്യനെ വണങ്ങി.

അവിടെ നിന്നവരോടെല്ലാം ആചാര്യൻ ക്ഷേമാന്വേഷണം നട ത്തി. എന്നിട്ട് ചോദിച്ചു

“എവിടെയാണ് ഹോമം നടക്കുന്നത്? സമയം കളയണ്ട. വരൂ നമുക്കങ്ങോട്ടു പോകാം.”

ഇങ്ങനെ പറഞ്ഞ് ആചാര്യൻ വീണ്ടും ആമയുടെ പുറത്തുകയ റി. തിത്തിരിപ്പക്ഷികൾ മുന്നിൽ മുകളിലായി പറന്നു. തൊട്ടുപിന്നിൽ താഴെയായി ശങ്കു, റാണി, കുഞ്ഞൻ, കുട്ടിമാളു. ഇത്തവണയും കുട്ടി മാളുവിന്റെ ചെവിപ്പുറകിൽത്തന്നെ കുഞ്ഞായ ഇരിപ്പുറപ്പിച്ചു.

പോകുന്നതിനിടയിൽ നത്തയ്ക്ക ചുറ്റുപാടും ശ്രദ്ധിച്ചു. എന്തു നല്ല സ്ഥലം. ഇളംകാറ്റ്. വള്ളിച്ചെടികളും പൂക്കളും ആടിയുലയു ന്നു. ആചാര്യന് ആ പ്രദേശം നന്നേ ഇഷ്ടപ്പെട്ടു.

എല്ലാവരും ആൽമരച്ചുവട്ടിലെത്തി. ആചാര്യൻ അമ്മയാമയുടെ മുതുകിൽനിന്നും താഴെയിറങ്ങി.

“ങ്ഹാ, എല്ലാ സജ്ജീകരണങ്ങളും പൂർത്തിയായല്ലൊ!?”

അവിടമാകെ കണ്ണോടിച്ചുകൊണ്ട് ആചാര്യൻ പറഞ്ഞു.

റാണിയും കുട്ടിമാളുവും അവിടമാകെ തൂത്തുവൃത്തിയാക്കി. കുഞ്ഞായയും ശങ്കുവും ഹോമകുണ്ഡം തീർക്കുന്ന, ജോലി തുട ങ്ങി. എല്ലാം ഒതുക്കിത്തീർന്നു വന്നപ്പോൾ നേരം സന്ധ്യയായി.

“ശരി, നമുക്ക് നാളെ രാവിലെ തുടങ്ങാം.”

“എങ്കിൽ അങ്ങനെയാകട്ടെ.”

എല്ലാവരും അവരവരുടെ വാസസ്ഥലത്തേക്ക് മടങ്ങി.

ആചാര്യനും അമ്മയാമയ്ക്കും ഈ കുളത്തിൽ കഴിഞ്ഞുകൂടാം. ശങ്കുമുയൽ മുന്നിലേക്ക് കൈചൂണ്ടിപ്പറഞ്ഞു. അവർ രണ്ടുപേരും അപ്പോൾത്തന്നെ കുളത്തിന്റെ പടവുകളിറങ്ങി വെള്ളത്തിലേക്ക് ഊളിയിട്ടു. തിത്തിരിപ്പക്ഷികൾ എന്നത്തേയുംപോലെ മരങ്ങളുടെ ഇടയിലുള്ള ഇലകൾക്കിടയിലേക്ക് കടന്നിരുന്നു. ഒരുപാട് നാളുകൾക്കുശേഷം അവർ അന്ന് നേരത്തെ ഉറങ്ങി.

പന്ത്രണ്ട്

നേരം പുലരുന്നതിനു മുൻപെ ആചാര്യൻ ഉണർന്നെഴുന്നേറ്റു. ശരീരശുദ്ധി വരുത്തി. ഹോമകുണ്ഡത്തിനടുത്തെത്തി. കുഞ്ഞൻമുയൽ കോളോമ്പിപ്പൂവിൽ നിറയെ വെള്ളവുമായി എത്തി. കുട്ടിമാളു ചുറ്റുപാടും അടിച്ചുവൃത്തിയാക്കി വെള്ളം തളിച്ചു. റാണിമുയൽ ആചാര്യനുള്ള പ്രഭാതഭക്ഷണവുമായി എത്തി.

തിത്തിരിപ്പക്ഷികൾ പ്ലാവിന്റെ കാതലുകൾ കൂട്ടിത്തിരുമ്മി, അതിൽനിന്നും അഗ്നി ജ്വലിപ്പിച്ചു.

പറയുന്നതിനനുസരിച്ച് കുറും തിത്തിരി ഹോമദ്രവ്യങ്ങൾ ഹോമകുണ്ഡത്തിൽ അർപ്പിച്ചുകൊണ്ടിരുന്നു. എല്ലാവരും മറ്റെല്ലാം മറന്ന് നെഞ്ചോട് ചേർത്ത് കൈകൾകൂപ്പി 'ഗോവിന്ദാ, ഗോവിന്ദാ' എന്ന് ഉറക്കെ പ്രാർത്ഥിച്ചുകൊണ്ടിരിക്കുകയാണ്. കുഞ്ഞായയുടെ നെഞ്ചിടിപ്പ് കൂടിക്കൊണ്ടിരുന്നു.

പുകപടലങ്ങൾ ആകാശംമുട്ടെ ഉയരുന്നതുകണ്ട് കാട്ടിലെ മറ്റു ജീവജാലങ്ങളും ഹോമം കാണാനായി എത്തിക്കൊണ്ടിരുന്നു. അവർ അല്പം അകന്നുമാറിയാണ് നിന്നിരുന്നത്. ചിലർ പരസ്പരം പിറുപിറുത്തു. ചിലരുടെ കണ്ണുകളിൽ ഉത്ക്കണ്ഠ. മറ്റുചിലർക്ക് ഭയം. എല്ലാവരും ഹോമകുണ്ഡത്തിലേക്ക് ഉറ്റുനോക്കിക്കൊണ്ടിരിക്കുകയാണ്.

തീജ്വാലയുടെ നിറം മാറിത്തുടങ്ങി. ഇരുണ്ട പുകച്ചുരുളുകൾ മാറി ചുമപ്പുനിറമായി, പിന്നെ നീല, പിന്നെ ഇളംമഞ്ഞ പുകച്ചുരുൾ. പുറത്തേക്ക് വരുന്നു. ഇതുകണ്ട് തിത്തിരിപ്പക്ഷികളുടെ മുഖം വലിഞ്ഞുമുറുകി.

ഉദ്വേഗഭരിതമായ നിമിഷങ്ങളിഴഞ്ഞു നീങ്ങുകയാണ്. ചിലർ മുഖത്തോടുമുഖം നോക്കുന്നു. പക്ഷികൾ ആകാംക്ഷ അടക്കാനാകാതെ ചിറകുകൾ അടിച്ചു. പൂച്ചക്കുറിഞ്ഞ്യാര് അവിടവിടെ പമ്മിനടന്നു.

കുറുംതിത്തിരിയും വലംതിത്തിരിയും കണ്ണിൽക്കണ്ണിൽ നോക്കി. ആ നോട്ടത്തിൽ ആകാംക്ഷയും പ്രതീക്ഷയും ഉണ്ടായിരുന്നു.

ഇങ്ങനെയൊരു ഹോമം നടത്തിയാൽ കുഞ്ഞൂട്ടനും കൂട്ടരും എവിടെയുണ്ടെന്നറിയാം എന്ന് താൻ കുഞ്ഞായയ്ക്ക് ആശകൊടുത്തു. തന്നെയുമല്ല, കാട്ടിലെ മുഴുവൻ ജീവജാലങ്ങളും അറിഞ്ഞിരിക്കുന്നു.

അവൻ ചുറ്റുപാടും കണ്ണോടിച്ചു. ആട്, ആന, കിളികൾ, കുറുനരി, മാൻ, പോത്ത്, എരുമ എന്നുവേണ്ട കാട്ടിലെ സർവ്വരും കത്തിജ്വലിക്കുന്ന തീയിലേക്കുതന്നെ നോക്കിയിരിക്കുകയാണ്. കുറുംതിത്തിരിയുടെ ശരീരം വിറയ്ക്കാനും വിയർക്കാനും തുടങ്ങി. ഇതു കണ്ട വലംതിത്തിരി അവനെ ചേർത്തുപിടിച്ചു.

ആചാര്യന്റെ കണ്ണുകൾ പൂർണമായും അടഞ്ഞിരിക്കുന്നു. ശ്വാസോച്ഛ്വാസത്തിന്റെ ശക്തി കൂടിക്കൂടിവന്നു.

അതാ മഞ്ഞപ്പുകച്ചുരുളുകൾക്കിടയിൽ ഒരു തിളക്കം. തളിക ഉയർന്നുവരുന്നു. ആചാര്യൻ ഇരുകൈകളും നീട്ടി. തളിക ആ കൈയിൽ പറന്നുവന്നിരുന്നു. ആചാര്യൻ തളിക ഒരിലയിൽ ഭക്തിയോടെ വെച്ചു, അതിൽ പൂവിട്ട് നമസ്കരിച്ചു. ഇതുകണ്ട മയിലുകൾ നൃത്തം ചെയ്തു. മറ്റുപക്ഷികൾ ചിറകടിച്ചു. അത്രയുംനേരം വലിഞ്ഞുമുറുകി നിന്നിരുന്ന അന്തരീക്ഷം ശാന്തമായി.

ഇനി എന്തായിരിക്കും അതിൽ എഴുതിയിരിക്കുന്നത്!? എല്ലാവർക്കും അതറിയാൻ തിടുക്കമായി. പക്ഷേ ഹോമകുണ്ഡത്തിലെ തീയെല്ലാം അണഞ്ഞുകഴിഞ്ഞേ തളികയെടുക്കാവൂ എന്നാണ് ശാസ്ത്രം.

അവർ കാത്തിരിക്കുകയാണ്. അവർ മാത്രമല്ല, ഒരു കാടുമുഴുവൻ. വെയിൽ മങ്ങിത്തുടങ്ങിയിരിക്കുന്നു.

മരോട്ടിക്കായുടെ തോടിനുള്ളിൽ എണ്ണയൊഴിച്ച് തിരിതെളിച്ച് ഹോമകുണ്ഡത്തിനുചുറ്റും ആരതിയുഴിഞ്ഞു. രണ്ടു ചന്ദനമുട്ടികൾ കൊണ്ടുവന്ന് തളിക പൊക്കിയെടുത്തു.

ആചാര്യൻ കിഴക്കോട്ട് തിരിഞ്ഞുനിന്ന് തളികയിലേക്ക് നോക്കി വായിച്ചു.

പുഴ → കുളം → വള്ളിക്കെട്ട് → തടിയൻമരം → ലോഹപ്പിടി

എന്തായിത്!? ഒന്നും വ്യക്തമാകുന്നില്ലല്ലോ. ആചാര്യൻ പറഞ്ഞു.

നേരം വൈകിയതിനാൽ ഹോമം കാണാനെത്തിയ മിക്കവരും മടങ്ങിപ്പോയിരുന്നു.

ശങ്കരൻ വൈദ്യന്റെ അരികിലേക്ക് പോയപ്പോൾ ബോധംകെട്ട കാര്യം ശങ്കുമുയൽ ഓർത്തു. അവൻ ഉടൻതന്നെ ആ വിവരം കുറും തിത്തിരിയെ ഓർമ്മിപ്പിച്ചു.

"ശരിയാണ്. വള്ളികൾ കൂടിക്കുഴഞ്ഞുകിടന്ന സ്ഥലത്ത് പിടിയും കൊളുത്തുമുള്ള ലോഹത്തകിട് കണ്ടിരുന്നു."

"അതെ, ഇപ്പോൾ നമുക്ക് ആചാര്യനെ യഥാവിധി യാത്രയാക്കാം. പിന്നീടാകാം ബാക്കി കാര്യങ്ങൾ."

ശങ്കുമുയൽ ആചാര്യന് ദക്ഷിണ സമർപ്പിച്ചു. ആചാര്യൻ എല്ലാവരേയും ശിരസ്സുതൊട്ട് അനുഗ്രഹിച്ചു. പിന്നീട് അവരെല്ലാവരും കണ്ടൽച്ചെടിയുടെ അരികിലേക്ക് അദ്ദേഹത്തെ അനുഗമിച്ചു.

ആചാര്യൻ ആമപ്പുറത്ത് കയറിയിരുന്നു. തൊഴുകൈയോടെ എല്ലാവരും അദ്ദേഹത്തിന് യാത്രാമംഗളം നേർന്നു.

"ഇനിയും എന്താവശ്യം വന്നാലും എന്നെ വിളിക്കാൻ മറക്കല്ലെ?"

അമ്മയാമ കണ്ടൽച്ചെടിയുടെ ഇടയിലേക്ക് ഇറങ്ങുംമുൻപ് റാണി മുയലിന്റെ കൈപിടിച്ചുകൊണ്ട് പറഞ്ഞു.

ഒരിയ്ക്കൽ തന്റെ കുഞ്ഞുങ്ങളെ രക്ഷിച്ചതിന്റെ നന്ദി മുഴുവൻ ആ വാക്കുകളിൽ നിറഞ്ഞുനിന്നിരുന്നു. വെള്ളത്തിനുള്ളിലേക്ക് മറയുന്നതുവരെ അവർ കൈകൾ വീശിക്കൊണ്ടിരുന്നു.

ആശ്വാസത്തോടെ ഓരോരുത്തരും അവരവരുടെ വാസസ്ഥലങ്ങളിലേക്ക് നീങ്ങി

***

നേരം വെളുത്തു. എല്ലാവരും എന്നത്തേക്കാളും ഉന്മേഷവാന്മാരായിട്ടാണ് ഒത്തുകൂടിയത്. രാവിലെ പ്രാതൽ കഴിക്കുന്നതിനിടെ പിടിയും കൊളുത്തുമുള്ള ലോഹത്തകിടിനടുത്ത് എത്തുന്നതിനെക്കുറിച്ചും ആരൊക്കെ പോകുന്നതിനെപ്പറ്റിയും ചർച്ച നടന്നു.

"കുഞ്ഞായയ്ക്കും കുട്ടിമാളുവിനും മാത്രമേ കുഞ്ഞൂട്ടനെ കണ്ടാൽ തിരിച്ചറിയുകയുള്ളൂ. അപ്പോൾ അവർ രണ്ടുപേരും പോകട്ടെ. പിന്നെ കൂട്ടിന് കുറും തിത്തിരിയും. എന്താ?" ശങ്കു അഭിപ്രായപ്പെട്ടു.

"അതെ, അതെ, അതുതന്നെയാണ് നല്ലത്" റാണി പിന്താങ്ങി.

ഭക്ഷണം കഴിച്ചവർ എഴുന്നേറ്റു. സംഘം യാത്രയ്ക്ക് തയ്യാറെടുപ്പുകൾ തുടങ്ങി.

മണ്ണ് തുരക്കുന്നതിനും കോരുന്നതിനും മറ്റുമുള്ള ചില ഉപകരണങ്ങൾ അവർ കരുതി. അഥവാ വേണ്ടിവന്നാലോ?

പ്രാതലിനുശേഷം കുളത്തിനരികിലേയ്ക്ക് ചാടിയും പറന്നുമായി അവർ നീങ്ങി.

കുറച്ചുസമയം കൊണ്ടുതന്നെ വള്ളിക്കെട്ടിനടിയിലെ ലോഹപ്പാളി കണ്ട സ്ഥലത്ത് അവർ എത്തിച്ചേർന്നു.

വള്ളിപ്പടർപ്പിനിടയിലേക്ക് കയറാൻ കുഞ്ഞായയ്ക്ക് കഴിഞ്ഞില്ല. കുട്ടിമാളുവിനും കടക്കാൻ പറ്റാതെ വന്നപ്പോൾ ശങ്കുവും കുഞ്ഞനുംകൂടി കയ്യിലിരുന്ന വെട്ടുകത്തി എടുത്ത് കുറേശ്ശെക്കുറേശ്ശെ വള്ളിപ്പടർപ്പ് മാറ്റിത്തുടങ്ങി. അവസാനും മൂടിയും കൊളുത്തും പിടിപ്പിച്ച ലോഹപ്പാളിയ്ക്കരികിലെത്തി.

“തളികയിൽ തെളിഞ്ഞുവന്ന സ്ഥലത്ത് അവസാനം നമ്മൾ എത്തിയിരിക്കുന്നു, അല്ലേ.” നെറ്റിയിലെ വിയർപ്പുതുള്ളികൾ തുടച്ച് ദീർഘശ്വാസം വിട്ടുകൊണ്ട് തിത്തിരി സന്തോഷത്തോടെ പറഞ്ഞു.

അവൻ കുഞ്ഞായയെ നോക്കി. കുഞ്ഞായയുടെ മുഖത്തും എന്തെന്നില്ലാത്ത സന്തോഷം.

“ശരി, നമുക്ക് പതുക്കെയൊന്ന് ഇളക്കിമാറ്റിനോക്കാം.” ശങ്കു പറഞ്ഞപ്പോൾ ‘സൂക്ഷിച്ചുപോവണേ’യെന്ന് തിത്തിരി വിളിച്ചുപറഞ്ഞു.

ശങ്കുവും കുഞ്ഞനും ചേർന്ന് പിടി വലിച്ചുനോക്കി. അനങ്ങുന്നില്ല. “ഞങ്ങളും കൂടാം” റാണിയും കുട്ടിമാളുവും കൂടി അവരോടൊപ്പം ചേർന്നു. അവർ നാലുപേരും ചേർന്ന് പിടി ആഞ്ഞുവലിക്കുകയും പുറകോട്ടു മലർന്നടിച്ചുവീഴുകയും ഒന്നിച്ചായിരുന്നു.

തിത്തിരിപ്പക്ഷികൾക്കും കുഞ്ഞായയ്ക്കും ഇതുകണ്ട് ചിരി അടക്കാനായില്ല. ഉരുണ്ട്പിരണ്ട് എഴുന്നേറ്റുവരുന്നവരെക്കണ്ട് അവർ പരസ്പരം നോക്കി. ആർക്കും കുഴപ്പമൊന്നും പറ്റിയില്ലെന്നു കണ്ട് അവർക്കും ചിരിവന്നു.

“ചിരിച്ചുകൊണ്ട് നിൽക്കേണ്ട സമയമല്ലിത്, ബാ, നമുക്ക് അടപ്പ് ഇളകിയിട്ടുണ്ടോയെന്ന് നോക്കാം.” ചിരി അടക്കിക്കൊണ്ട് കുട്ടിമാളു പറഞ്ഞു.

“അതെ വരൂ..” തിത്തിരിയും തിരക്കുകൂട്ടി. “ലോഹപ്പാളിയുടെ

കൊളുത്തിൽ വീണ്ടും ആഞ്ഞുവലിച്ചു. കൊളുത്ത് പതിയെ നീങ്ങുന്നുണ്ട്.

അവർ വീണ്ടും ആഞ്ഞുവലിച്ചു. ഒടുവിൽ കൊളുത്ത് ഇളകിമാറി. എല്ലാവരും ആകാംക്ഷയോടെ എത്തിനോക്കി. അത്ഭുതം കൊണ്ടവരുടെ കണ്ണുകൾ ചിമ്മിത്തുറന്നു. അവിടെ താഴേക്കിറങ്ങിപ്പോകാനുള്ള പടവുകൾ.

ഒരുനിമിഷം എല്ലാവരും മിഴിച്ചു നിന്നുപോയി. നിമിഷങ്ങൾ ഇഴഞ്ഞുനീങ്ങുകയാണ്. ആർക്കും ഒന്നും മിണ്ടാനാകാത്ത അവസ്ഥ. ആത്മധൈര്യം വീണ്ടെടുത്തുകൊണ്ട് ശങ്കു പറഞ്ഞു:

"തളികയിൽ തെളിഞ്ഞുവന്നിട്ടുള്ളതിൽ ഇതുവരെയുള്ള എല്ലാ കാര്യങ്ങളും ശരിയാണ്. ഇനി പിന്നോക്കം പോയിട്ടു കാര്യമില്ല. മുന്നോട്ടുതന്നെ നീങ്ങുക."

പറഞ്ഞതു സത്യമാണെന്നുള്ള മട്ടിൽ എല്ലാവരും തലയാട്ടി.

"തിത്തിരീ, നീ ആദ്യമൊന്ന് പറന്നു നോക്കീട്ടുവാ, ഞാൻ പിന്നീട് ഇറങ്ങാം."

ഇറങ്ങാനുള്ള പേടികൊണ്ട് കുട്ടിമാളു പറഞ്ഞു.

"ശരി, ഞാൻ ഈ സ്റ്റെപ്പുകളിലൂടെ അല്പം പറന്നിട്ടുവരാം."

അവൻ രണ്ടു സ്റ്റെപ്പ് താഴേക്കു ചാടി മുന്നോട്ടു പറന്നു. തിത്തിരിക്ക് ഇരുട്ടുകൊണ്ട് ഒന്നും കാണാൻ കഴിഞ്ഞില്ല. അസഹ്യമായ ചൂട്. ഇടയ്ക്കിടയ്ക്ക് പാറകൾക്കിടയിലുള്ള വിടവിലൂടെ സൂര്യപ്രകാശം കടന്നുവരുന്നു. ആ ചെറിയ പ്രകാശത്തിൽ ചുമരുകൾ മിന്നിത്തിളങ്ങുന്നു. നിറയെ നക്ഷത്രക്കല്ലുകൾ, സ്വർണസർപ്പങ്ങൾ. അവൻ വേഗം തിരികെ പറന്ന് പുറത്തേക്കുവന്നു. കണ്ട കാഴ്ചകൾ വിവരിച്ചു.

"അതെയോ.. എങ്കിൽ ഇത് മിന്നൽരാക്ഷസന്റെ ഗുഹയാണ്. അപ്പോൾ നമ്മൾ കുറേക്കൂടി കരുതലോടെ വേണം മുന്നോട്ടുനീങ്ങാൻ. എപ്പോഴാണ് രാക്ഷസൻ വരുന്നതെന്നും പോകുന്നതെന്നും ആർക്കും പറയാൻ കഴിയില്ല. നമ്മളൊന്നു കണ്ണുചിമ്മിത്തുറക്കുമ്പോഴേക്കും അവൻ സർവ്വനാശം വരുത്തിയിരിക്കും. ചിലപ്പോൾ ദിവസങ്ങളോളം തീറ്റയും കുടിയുമായി ഗുഹയിൽ തന്നെയായിരിക്കും. അന്നേരം അവനോട് എതിർത്ത് കുഞ്ഞൂട്ടനെയും കൂട്ടരേയും വീണ്ടെടുത്ത് കൊണ്ടുവരുന്നത് വളരെ ദുഷ്കരം പിടിച്ച പണിയാണ്. അവന് കാഴ്ച കുറയുകയും ശക്തി കുറയുകയും ചെയ്യുന്ന

ചില സമയമുണ്ട്. അപ്പോൾ ഗുഹയിലെത്താൻ പറ്റിയാൽ രക്ഷപ്പെടത്തൽ എളുപ്പമായിരിക്കും." റാണി അഭിപ്രായപ്പെട്ടു.

"പക്ഷെ, അതെങ്ങനെ?" ശങ്കുമുയൽ ഉള്ളിലെ ആശങ്ക മറച്ചുവെച്ചില്ല.

അവർ ആലോചനയിലാണ്ടു. വലിഞ്ഞുമുറുകിയ മനസ്സുമായി ഓരോരുത്തരും അവിടവിടായി ഇരിക്കുകയാണ്.

"ഉള്ളിലേക്കു കടന്നാൽ കുറച്ചുദിവസത്തേക്ക് പുറത്തേക്ക് വരാൻ പറ്റിയെന്നു വരില്ല. അതിനാൽ ആഹാരം കരുതണം?" വലംതിത്തിരി അഭിപ്രായപ്പെട്ടു. ഇതുകേട്ടമാത്രം കുഞ്ഞൻമുയലും കുട്ടിമാളുവും ചുറ്റുപാടുമുള്ള വള്ളികളിൽനിന്നും ചെടികളിൽനിന്നും കായ്കളും വിത്തുകളും ശേഖരിക്കാനായി ഇറങ്ങി. കുഞ്ഞായയെക്കൊണ്ട് പറ്റുന്ന രീതിയിൽ അവനും അവരോടൊപ്പം കൂടി.

കൊണ്ടുവരുന്ന സാധനങ്ങൾ കുറുംതിത്തിരിയും വലംതിത്തിരിയും കൂടി തേക്കില ബാഗിൽ നിറച്ചുവെച്ചുകൊണ്ടിരുന്നു. ശങ്കുമുയലും റാണിമുയലും പുതിയ ബാഗുകൾ ഉണ്ടാക്കിക്കൊണ്ടിരുന്നു. ആരും ഒന്നും സംസാരിച്ചില്ല. നിമിഷങ്ങൾ ഇഴഞ്ഞുനീങ്ങുകയാണ്.

"മതി, ഒരു രണ്ടാഴ്ചത്തേക്ക് ഇത്രയും മതിയാകും." തിത്തിരികൾ പറഞ്ഞു.

"ശരി, എങ്കിൽ ഇപ്പോൾത്തന്നെ നമുക്ക് യാത്ര തുടങ്ങാം."

അവർ മൂന്നുപേരും അവർക്ക് പറ്റുന്നത്ര ബാഗുകൾ തോളിൽ ഇട്ടു. യാത്ര പറയുന്ന നിമിഷങ്ങൾ ഹൃദയസ്പർശിയായിരുന്നു. ബാഗും തൂക്കി കുഞ്ഞായ കുട്ടിമാളുവിന്റെ ഇരുചെവികൾക്കിടയിലായി കയറിയിരുന്നു. അവർ പടികളിലൂടെ താഴോട്ടിറങ്ങി. കുറുംതിത്തിരി മുന്നോട്ട് പറന്നു.

താഴോട്ടുപോകുന്തോറും ജീവലോകത്തുനിന്നും അകന്നകന്നുപോകുന്നപോലെ. കുട്ടിമാളുവിന് ഭയംകൊണ്ട് കാലുകൾ മുന്നോട്ട് നീങ്ങുന്നില്ല. ഇടയ്ക്കൊക്കെ കുട്ടിമാളുവിന്റെ ചെവികൾക്കിടയിൽനിന്നും താഴെയിറങ്ങി കുഞ്ഞായ തറയിലൂടെ നടക്കുന്നുമുണ്ട്. പാറകൾക്കിടയിലൂടെ ഇടയ്ക്കൊക്കെ വെളിച്ചംവരും. അങ്ങനെയുള്ള ഭാഗത്തെത്തുമ്പോൾ നല്ല കാറ്റ് വീശുന്നുമുണ്ട്. അത് നല്ല ഒരു ആശ്വാസമായിരുനനു.

നടന്നുതളരുമ്പോൾ പടികളിലിരുന്ന് അല്പനേരം വിശ്രമിക്കും.

അവിടെത്തന്നെയിരുന്ന് ഭക്ഷണവും വെള്ളവും കഴിച്ചിട്ടാണ് പിന്നീ ടുള്ള യാത്ര. അങ്ങനെ വളരെയധികം ദൂരം അവർ യാത്ര ചെയ്തു.

ഇടുങ്ങിയ വഴികളിലൂടെയും ഉയർന്ന കുന്നിൻചരിവിലൂടെയു മുള്ള യാത്ര വളരെ ദുർഘടം പിടിച്ചതായിരുന്നു.

ഓരോ ദിവസവും വളരെ പ്രതീക്ഷയോടെയാണ് യാത്ര തിരി ക്കുന്നത്. പക്ഷേ എന്നും നിരാശയായിരുന്നു ഫലം. അങ്ങനെ ദിവ സങ്ങൾ കുറേ കഴിഞ്ഞു.

ഒരുദിവസം ഉച്ചയോടടുക്കുന്ന നേരം തേക്കിലബാഗിൽ നിന്നും ഭക്ഷണം കഴിച്ചുകൊണ്ടിരിക്കുയായിരുന്നു അവർ. പെട്ടെന്ന് അന്ത രീക്ഷത്തിനൊരു മാറ്റം. ചെറിയ കാറ്റായിട്ടായിരുന്നു തുടക്കം. പൊടു ന്നനെ കാറ്റിന് ശക്തി കൂടിക്കൂടി കൊടുങ്കാറ്റായി മാറി. കുട്ടിമാളു വിന്റെ ചെവിയ്ക്കിടയിലിരുന്ന് ആഹാരം കഴിക്കുകയായിരുന്ന കുഞ്ഞായ തെറിച്ച് തറയിൽ വീണു. ഇതുകണ്ട കുട്ടിമാളു അവനെ വലിച്ച് വയറിനടിയിലേക്ക് ചേർത്ത് പിടിച്ചു. തിത്തിരിയും കുട്ടിമാ ളുവിനോട് ചേർന്നിരുന്നു. മൂവരും പേടിച്ചു വിറച്ചു. അല്പനേര ത്തിനുശേഷം കാറ്റ് പതുക്കെപ്പതുക്കെ ശാന്തമായി.

കാറ്റ് മുഴുവൻ അടങ്ങിക്കഴിഞ്ഞപ്പോൾ അവർ അമ്പരന്നുപോ യി. മുന്നിൽ ഒരു കൊച്ചുഗുഹ.

ങേ! ഇതിപ്പോൾ എവിടെനിന്നും വന്നു?

“നമ്മൾ ഇവിടിരുന്നല്ലേ ആഹാരം കഴിച്ചത്. അപ്പോൾ ഈ ഗുഹ ഇവിടെയുണ്ടായിരുന്നില്ലല്ലോ.”

പെട്ടെന്ന് ഒരു പൊട്ടിച്ചിരികേട്ട് അവർ നടുങ്ങി. ആ ശബ്ദം ഗുഹ യുടെ വശങ്ങളിൽ തട്ടി പ്രതിധ്വനിച്ചുകൊണ്ടേയിരുന്നു.

“ഹഹഹഹഹഹ വരൂ വരൂ സ്വാഗതം...”

“പ്രിയപ്പെട്ടവരേ, നിങ്ങൾ കൽപ്പടവുകൾ ഇറങ്ങാൻ തുടങ്ങിയ നിമിഷം മുതൽ ഞാൻ നിങ്ങളോടൊപ്പമുണ്ട്.”

വീണ്ടും അതേ ചിരി. അവർ ചിരി കേൾക്കുന്ന ഭാഗത്തേക്ക് നോക്കി. എന്നാൽ അവർക്ക് ആരേയും അവിടെ കാണാൻ സാധി ച്ചില്ല.

“നിങ്ങൾ എന്നെ തിരയുകയായിരിക്കും. ഇല്ല നിങ്ങൾ എത്ര തിര ഞ്ഞാലും എന്നെ കാണാൻ സാധിക്കില്ല. ഞാൻ ഈ പ്രദേശത്തിന്റെ അധിപനായ മിന്നൽ രാക്ഷസന്റെ കൂട്ടാളിയാണ്.”

മിന്നൽരാക്ഷസൻ എന്നു കേട്ടതും അവർ ഞെട്ടിവിറച്ചു. പരിഭ്ര

മംകൊണ്ട് മുഖം വിളറിവെളുത്തു. മുന്നോട്ടൊരടിവെക്കാൻ അവർക്ക് കഴിഞ്ഞില്ല.

“നിങ്ങൾ ശരിയായ വഴിയിലൂടെയല്ല കടന്നുവന്നിരിക്കുന്നത്. നിങ്ങൾ വന്നത് ഞങ്ങളുടെ രഹസ്യവഴിയിലൂടെയാണ്. അതു കണ്ടു പിടിച്ച നിങ്ങൾ ശരിക്കും അത്ഭുതജീവികൾ തന്നെ.”

“ഹും... നടക്ക്..” ശബ്ദത്തിന് പെട്ടെന്നൊരു മാറ്റം.

പേടിച്ചുവിറച്ച കുഞ്ഞായ കുട്ടിമാളുവിന്റെ തോളിലേക്ക് ചാടി ക്കയറി ഇരുചെവികൾക്കിടയിലായി ഇരുന്നു. തിത്തിരിപ്പക്ഷി പറ ക്കുന്നതു നിർത്തി കുട്ടിമാളുവിനെ ചേർന്ന് നടക്കാൻ തുടങ്ങി.

ഗുഹാമുഖത്തുനിന്നും ഉള്ളിലേക്കവർ നടന്നുതുടങ്ങി. എങ്ങോട്ടു പോകണമെന്നറിയാതെ സംശയിച്ചുനിൽക്കുമ്പോൾ

“ഹും... നടക്ക്.” എന്ന് വീണ്ടും കേൾക്കാം. അങ്ങനെ അവർ വീണ്ടും മുന്നോട്ട്. പെട്ടെന്നവിടെവിടെയോ ഒരു ചൂളംവിളി കേൾക്കു ന്നു. ഒപ്പം ഒരു ചുഴലിയും രൂപപ്പെട്ടു. ആ ചുഴലിയിൽ മൂവരും അക പ്പെട്ടു. അവർ ഒന്നുപോലെ കറങ്ങിക്കറങ്ങി മേൽപോട്ടുയർന്നു. അതിനിടയിൽത്തന്നെ മൂവരുടേയും ബോധം നഷ്ടപ്പെട്ടിരുന്നു.

കണ്ണിലൂടെ എന്തോ ഒന്ന് ഇഴഞ്ഞുനീങ്ങുന്നതായിത്തോന്നിയ കുട്ടിമാളു കണ്ണുതുറന്നു. ഒരു ചിലന്തി തലയിലൂടെ കണ്ണിലെത്തി ചാടിപ്പോയതാണ്.

‘ചുഴലി’യുടെ ഹുങ്കാരം നിലച്ചിരുന്നു. പതുക്കെ എഴുന്നേറ്റിരുന്ന കുട്ടിമാളു കണ്ടത് ശ്വാസം പിടിച്ച് തന്നെത്തന്നെ നോക്കിയിരിക്കുന്ന കുഞ്ഞായയേയും തിത്തിരിയേയുമാണ്. അവരുടെ മുഖം ഭയം കൊണ്ട് വിളറിയിരുന്നു. അവർ ഇടയ്ക്കിടെ ഭീതിയോടെ തിരിഞ്ഞു നോക്കുന്നു. കുട്ടിമാളു തലതിരിച്ചു നോക്കി. അവൾ വിറച്ചുപോ യി.

തലയിൽ കൂർത്ത തൊപ്പിയുള്ള നീണ്ട മൂക്കുള്ള പിരിയൻ ഗോവ ണിപോലെ കൂർത്ത മൂർത്ത നഖങ്ങളുള്ള ഒറ്റക്കണ്ണുള്ള ഒരു രൂപം. കാലുകളുടെ സ്ഥാനത്ത് ഒന്നും കാണുന്നില്ല. അവൾ സൂക്ഷിച്ചു നോക്കി. ഇല്ല കാലുകളില്ല. വായുവിൽ പറന്നുനിൽക്കുകയാണ്. കുട്ടിമാളു ഭയന്ന് നിലവിളിക്കാൻ തുടങ്ങി. തിത്തിരിയും കുഞ്ഞാ യയും അവളെ കെട്ടിപ്പിടിച്ചു. പിന്നെ അവിടെയൊരു കൂട്ടക്കരച്ചി ലായിരുന്നു.

പെട്ടെന്ന് അവിടമാകെ പ്രകാശത്താൽ വലയം ചെയ്യപ്പെട്ടു. ആ

വെളിച്ചത്തിൽ പാറയുടെ ഇടുക്കിലുള്ള ഒരു മൂലയിൽ എന്തോ ഒന്ന് അനങ്ങുന്നു. അവർ സൂക്ഷിച്ചുനോക്കി. അതാ കുഞ്ഞൂട്ടനും മണിയനും നെയ്യും കമ്പിവലകളാൽ ചുറ്റപ്പെട്ടുകിടക്കുന്നു അവർക്ക് സ്വന്തം കണ്ണുകളെ വിശ്വസിക്കാൻ കഴിഞ്ഞില്ല. കുഞ്ഞായ കണ്ണുകൾ തിരുമ്മിയടച്ചിട്ട് വീണ്ടും നോക്കി. അവർക്ക് സന്തോഷംഅടക്കാനായില്ല. മൂവരും ഒന്നിച്ച് അവിടേക്കു കുതിച്ചു. അദൃശ്യമായ ഒരു ശക്തിയാൽ മറ്റൊരു കൂടിനുള്ളിലായിക്കഴിഞ്ഞിരുന്നു അവരപ്പോൾ.

'ഹഹ ഹഹഹ"

ഒറ്റക്കണ്ണുള്ള രൂപത്തിൽ നിന്നുമാണ് അട്ടഹാസം ഉയർന്നത്.

"ഈ പ്രദേശം മുഴുവൻ എന്റെ അധീനതയിലാണ്. അവരെ രക്ഷപ്പെടുത്താൻ ശ്രമിക്കുകയോ സ്വയം രക്ഷപ്പെടാൻ നോക്കുകയോ ചെയ്യരുത്. അങ്ങനെയെങ്ങാനും സംഭവിച്ചെന്ന് ഞാനറിഞ്ഞാൽ ഓർമ്മയിരിക്കട്ടെ."

ഇത്രയും പറഞ്ഞ് ഭൂമി കുലുങ്ങുമാറ് ശബ്ദമുണ്ടാക്കി. ഒറ്റക്കണ്ണൻ രാക്ഷസൻ അവിടെനിന്നും അപ്രത്യക്ഷനായി.

രാക്ഷസൻ പോയതോടെ കുഞ്ഞൂട്ടനും കൂട്ടുകാരും ചാടി എഴുന്നേറ്റു. ഒരുപാട് നാളുകൾക്കുശേഷമാണ് കുട്ടിമാളുവിനെയും കുഞ്ഞായയേയും കണ്ടത്. കമ്പിവലക്കുള്ളിലാണെങ്കിലും അവർക്ക് എന്തെന്നില്ലാത്ത സന്തോഷമായി. കുഞ്ഞൂട്ടൻ കൈകൾ വീശിക്കാണിച്ചു. കുഞ്ഞൂട്ടന്റെ വാലിൻതുമ്പിൽ മണിയനും തലയിൽ നെയ്യും കയറിയിരുന്ന് പരിസരം മറന്ന് തുള്ളിച്ചാടി.

"കൂട്ടിലകപ്പെടുന്ന ജീവികളെ ഓരോരുത്തരെയായി ഓരോ ദിവസമായി പിടിച്ചുകൊണ്ടുപോകും. അന്നത്തെ ഭക്ഷണത്തോടൊപ്പം ആ ജീവിയെക്കൂടി അവൻ അകത്താക്കും. രാക്ഷസന്റെ സഹായിയാണ് കൊണ്ടുപോകുന്നത്. അയാൾ വരുന്നത് ആരും അറിയില്ല. കൂട്ടത്തിലൊരാൾ കുറയുമ്പോഴാണ് തലേന്ന് രാക്ഷസന് ഭക്ഷണമായി എന്ന് മനസ്സിലാകുന്നത്." കുഞ്ഞൂട്ടൻ അങ്ങേക്കൂട്ടിൽ നിന്നും വിളിച്ചുപറഞ്ഞു. അവന്റെ ശബ്ദത്തിൽ ഭയവും വിഷാദവും നിറഞ്ഞിരുന്നു. അനേകം വലക്കൂടുകൾ അപ്പോൾ അവരുടെ ദൃഷ്ടിയിൽപെട്ടു.

ഹോ, രക്ഷപ്പെടാൻ എന്താണൊരു മാർഗ്ഗം? ഇവിടെ തളർന്നിരുന്നിട്ട് കാര്യമില്ല. ബുദ്ധി ഉപയോഗിച്ചേ പറ്റൂ.

പതിമൂന്ന്

പാതിരാത്രിയായിട്ടും തിത്തിരിക്ക് ഉറക്കം വന്നില്ല. എന്തു ചെയ്യ ണമെന്നറിയാതെ കൂടിനകത്ത് അവൻ പറന്നുനടന്നു. എങ്ങനെ ഇവി ടെനിന്നും രക്ഷപ്പെടും? അവൻ തലപുകഞ്ഞാലോചിച്ചു. ഇടതുവ ശത്തെ ചിറകിനിടയിലെ വെളുത്ത പൊടിത്തൂവലിന്റെ കാര്യം അപ്പോൾ അവന്റെ ഓർമ്മയിലെത്തി.

അത്യാവശ്യമായ ഘട്ടത്തിൽ മാത്രമേ പൊടിത്തൂവൽ പ്രയോ ഗിക്കാൻ പാടുള്ളൂവെന്ന് അമ്മ പ്രത്യേകം പറഞ്ഞിട്ടുണ്ട്. അതെ തികച്ചും അത്യാവശ്യമായ ഘട്ടം തന്നെയാണിത്.

അവൻ കുഞ്ഞായയേയും കുട്ടിമാളുവിനെയും നോക്കി. പാവ ങ്ങൾ. അവർ നല്ല ഉറക്കമാണ്. എന്തായാലും നേരം വെളുക്കട്ടെ. രാവിലെ അവരോട് വിവരം പറയാം. സമാധാനത്തോടെ അവനും ഉറങ്ങാനായി കണ്ണടച്ചു.

പതിവുപോലെ ഒറ്റക്കണ്ണൻ രാക്ഷസൻ അന്നും എല്ലാ വലക്ക ണ്ണികൾക്കുമുൻപിലും വന്നിട്ട് എല്ലാവരേയും സൂക്ഷിച്ചുനോക്കി. പിന്നീട് കടന്നുപോയി. അന്നവർ അവിടെ മറ്റൊരു വലക്കൂടു കണ്ടു. അതിൽ പുതിയതായി തട്ടിക്കൊണ്ടുവന്നവരുടെ കരച്ചിൽ കേൾക്കാം.

ഹോ; എന്താണിത്?

ഓരോ ജീവിയുടെയും അവകാശമാണ് ജീവിച്ചുതീർക്കുക എന്ന ത്. അത് മറ്റൊരുത്തന്റെ ഇരയായിട്ട് ജീവിച്ചുകൊണ്ടല്ല.

ദിവസങ്ങൾ കടന്നുപൊയ്ക്കൊണ്ടിരിക്കുകയാണ്. ഇന്ന് രാത്രി യിൽ തന്നെ തന്ത്രം പ്രയോഗിക്കണം. ദേഷ്യം കൊണ്ട് അവൻ ചുണ്ട് തറയിൽ ആഞ്ഞുകൊത്തി.

കുഞ്ഞായയുടെയും കുട്ടിമാളുവിന്റെയും ചെവിയിൽ തിത്തിരി എന്തൊക്കെയോ മന്ത്രിച്ചു. അവരുടെ മുഖം സന്തോഷംകൊണ്ട്

വികസിച്ചു. കണ്ണിൽ പ്രതീക്ഷയുടെ തിളക്കം.

സൂര്യൻ പയ്യെ മറഞ്ഞുതുടങ്ങി. എങ്ങും ഇരുട്ടുവീണു. തിത്തിരി കൂട്ടിൽ എഴുന്നേറ്റിരുന്നു. ഇന്ന് അമാവാസിയാണ്. അമാവാസി ദിവസം രാക്ഷസന് ശക്തി കുറയുമെന്ന് അപ്പുറത്തെ കൂട്ടിൽനിന്നും കുഞ്ഞൂട്ടൻ വളിച്ചുപറഞ്ഞത് രണ്ടുദിവസം മുൻപാണ്. നമ്മുടെ ശ്രമം ഇന്ന് തുടങ്ങണം. ഇന്ന് നടന്നില്ലെങ്കിൽ അടുത്ത അമാവാസി വരെ കാത്തിരിക്കേണ്ടിവരും. അതിന് എത്രപേർ അന്നുവരെ ജീവനോടുണ്ടാകുമെന് ആർക്കറിയാം.

തിത്തിരി തന്റെ ഇടതുചിറകിനടിയിലെ വെളുത്ത പൊടിത്തൂവൽ ഇളക്കിയെടുത്തു ചുണ്ടോടടുപ്പിച്ച് അമ്മയെ മനസ്സിൽ ധ്യാനിച്ചു. എന്നിട്ട് തങ്ങളെ ഇട്ടിരിക്കുന്ന വലയുടെ താഴെ തൂവൽകൊണ്ട് മൂന്നുവട്ടം തലോടി.

അതാ വലയുടെ ഒരു ഭാഗം പൊടിഞ്ഞുവീഴുന്നു. കുട്ടിമാളുവും കുഞ്ഞായയും അതുവഴി പുറത്തിറങ്ങി. പിന്നാലെ തിത്തിരിയും പുറത്തുവന്നു. കുഞ്ഞൂട്ടൻ കിടന്ന വലക്കൂടിനരികിലെത്തി. അവൻ ഉറക്കത്തിലാണെന്ന് തോന്നി. അവിടെയും പൊടിത്തൂവൽകൊണ്ട് തലോടി. അതാ വലക്കണ്ണികൾ അകന്നുമാറുന്നു. തിത്തിരി കുഞ്ഞൂട്ടനെ വിളിച്ചുണർത്തി. പെട്ടെന്ന് തന്റെ പ്രിയപ്പെട്ടവരെ തൊട്ടുമുന്നിൽ കണ്ട് കുഞ്ഞൂട്ടൻ അന്തംവിട്ടു. അവൻ ചാടിയിറങ്ങി കുഞ്ഞായയെ കെട്ടിപ്പിടിച്ചു. നെയ്യും മണിയനും ഇതുകണ്ട് സന്തോഷത്തോടെ തുള്ളിച്ചാടി.

തുടർന്ന് മറ്റ് വലക്കൂട്ടിലും അടച്ചിട്ടിരുന്നവരെ പുറത്തിറക്കിക്കൊണ്ടിരുന്നു. എല്ലാ കൂട്ടിൽനിന്നും പുറത്തിറങ്ങിയവരുടെ ബാഹുല്യം കണ്ട് തിത്തിരിയും കൂട്ടാളികളും അമ്പരന്നു.

പാമ്പ്, അട്ട, അരണ, മൂങ്ങ, ചൊറിയൻപുഴു, വാലാട്ടിക്കിളി, കാക്ക, മയിൽ, മൈന, കരിമ്പൂച്ച, കുരങ്ങ് - എന്നുവേണ്ട എല്ലാ ജീവികളും ഉണ്ട്.

എത്ര സന്തോഷത്തിലാണിവർ! എല്ലാവരോടുമായി തിത്തിരി ചോദിച്ചു. “നമുക്ക് ഇവിടെനിന്ന് രക്ഷപ്പെടേണ്ടേ? അതിന് നമ്മൾ ഒറ്റക്കെട്ടായി നീങ്ങണം. ഇനി ഒട്ടും സമയം കളയണ്ട.

“വരൂ...”

തിത്തിരി മുന്നിൽ പറന്നുനീങ്ങി. മറ്റുള്ളവർ പിന്നാലെയും.

ഗുഹയുടെ ഓരോ ഭാഗവും കടന്ന് ഒടുവിൽ എല്ലാവരും രാക്ഷസൻ കിടക്കുന്ന മുറിയുടെ വാതിൽക്കൽ എത്തിച്ചേർന്നു.

അതാ സുഖമായി ഉറങ്ങുന്നു, ഒറ്റക്കണ്ണൻ. കിട്ടിയ ആയുധങ്ങളുമായി അവരെല്ലാവരും രാക്ഷസന്റെമേൽ ചാടിവീണു.

കടലിരമ്പും പോലുള്ള ശബ്ദം. ഒറ്റക്കണ്ണൻ കണ്ണുതുറന്നു. എഴുന്നേൽക്കാൻ ശ്രമിച്ചു. അപ്പോഴേക്കും എല്ലാവരും കൂടി അയാളുടെ മുകളിൽ ചാടിവീണുകഴിഞ്ഞിരുന്നു. അവരവരുടെ കൈയിലെ ആയുധങ്ങൾ അവർ നന്നായി ഉപയോഗിച്ചുതുടങ്ങിയിരുന്നു.

തിത്തിരി കുഞ്ഞായയ്ക്ക് കണ്ണുകൾകൊണ്ട് നിർദ്ദേശം നൽകി. ഉടനെ കുഞ്ഞായ രാക്ഷസന്റെ ഒറ്റക്കണ്ണിനകത്തേക്ക് ചാടിക്കയറി ഒറ്റക്കടി. അതുകഴിഞ്ഞ് വലിയ മൂക്കിനകത്തേക്ക് തന്റെ ഇരുകൈകളും ആഴത്തിലിറക്കി അമർത്തിപ്പിടിച്ചു. രാക്ഷസൻ ശ്വാസം കിട്ടാതെ കൈകാലുകളിട്ടടിച്ചുകൊണ്ടിരുന്നു.

മൂങ്ങ പറന്നുവന്ന് തൊപ്പിപോലിരുന്ന അവന്റെ തല കൊത്തിപ്പറിച്ചു. പച്ചോലപ്പാമ്പ് ഇഴഞ്ഞുവന്ന് കാലിൽ കടിച്ചുമുറിച്ചു. മുറിപ്പാടിൽ അട്ട കയറിയിരുന്ന് രക്തം ഊറ്റിക്കുടിക്കാനും തുടങ്ങി.

വേദനകൊണ്ട് രാക്ഷസൻ അലറിവിളിച്ചു. ഗുഹയ്ക്കകത്ത് അവൻ നെട്ടോട്ടമോടി. ഇതിനിടയിൽ കുഞ്ഞായയെ തിത്തിരി പറന്നുചെന്ന് രാക്ഷസന്റെ മൂക്കിൽനിന്നും കൊത്തിയെടുത്ത് തന്റെ മുതുകിലിരുത്തി.

ചോരയൊലിക്കുന്ന കണ്ണുമായി തപ്പിത്തടഞ്ഞ് ഒറ്റക്കണ്ണൻ മുറിക്ക് പുറത്തുചാടി. അലറിവിളിച്ചുകൊണ്ട് അവൻ ഇരുട്ടിലേക്ക് ഓടിമറഞ്ഞു.

“ഹൂറേയ്...” എല്ലാ ജീവികളും സന്തോഷത്താൽ മതിമറന്നു. അവർ പാട്ടുപാടിയും നൃത്തം ചെയ്തും ആനന്ദനടനം നടത്തി. കുറേക്കഴിഞ്ഞപ്പോൾ എല്ലാവരും തളർന്നു. അവിടവിടയായി പോയി വീണ് കിടന്ന് ഉറക്കമായി.

പക്ഷേ കുഞ്ഞൂട്ടനും കുഞ്ഞായയ്ക്കും കുട്ടിമാളുവിനും ഉറക്കം വന്നതേയില്ല. അവർ നിലാവുദിച്ചുയരുന്ന മാനം നോക്കി കഴിഞ്ഞുപോയ ദിനങ്ങളിലെ സങ്കടങ്ങളും സന്തോഷങ്ങളും പങ്കുവെച്ചു. കിഴക്കു വെള്ളകീറുന്നതുവരെ വിശേഷങ്ങൾ പങ്കുവെച്ചുകൊണ്ടിരുന്നു.

പതിനാല്

സൂര്യൻ ഉദിച്ചുയർന്നു. അകത്തേക്ക് പ്രകാശം കടന്നുവന്നു. കാക്കകൾ കൂട്ടത്തോടെ പറന്നുവന്ന് എല്ലാവരേയും പുറത്തേക്ക് വിളിച്ചു.

തലേന്നത്തെ ആട്ടവും പാട്ടുമൊക്കെ കഴിഞ്ഞ് തളർന്നുറങ്ങുകയായിരുന്ന ഓരോരുത്തരും പുറത്തേക്ക് വന്ന് സ്വാതന്ത്ര്യത്തിന്റെ സുഖം ആസ്വദിച്ചു.

കുഞ്ഞൂട്ടന്റെ തലയിൽ കുഞ്ഞായയും കുട്ടിമാളുവിന്റെ വലത്തെ ചെവിയിൽ മണിയനും ഇടത്തെ ചെവിയിൽ നെയ്യുറുമ്പുമായി പുറത്തുവന്നു. അവർ എല്ലാവരോടും യാത്ര പറയാനെത്തി. ഒപ്പം കുറും തിത്തിരിയും.

യാത്രയയക്കാനായി ഗുഹാകവാടത്തിനു മുന്നിൽ കാത്തുനിൽക്കുകയായിരുന്നു രാക്ഷസന്റെ പിടിയിൽനിന്നും രക്ഷപ്പെട്ട മറ്റുള്ളവർ. എല്ലാവരും അവരെ നന്ദിപൂർവ്വം നോക്കി. ചിലരുടെ കണ്ണുകൾ നിറഞ്ഞിരുന്നു. കുഞ്ഞായ എല്ലാവരേയും തൊഴുതു.

"നിക്ക്, നിക്ക് പോവല്ലേ..." ഗുഹയ്ക്കുള്ളിൽ നിന്നും പെട്ടെന്നൊരു ശബ്ദം. എല്ലാവരുടേയും ശ്രദ്ധ അങ്ങോട്ടുതിരിഞ്ഞു.

അതാ ഗുഹയ്ക്കകത്തുനിന്നും എന്തോ ഭാരവും ചുമന്നുകൊണ്ട് മയിൽ ഇറങ്ങിവരുന്നു. ഭാരം താഴെ വീഴാതിരിക്കാൻ ഇരുവശത്തുമായി വാലാട്ടിക്കിളിയും മൈനയും.

"എന്താണിത്!?"

എല്ലാവർക്കും അതിശയമായി. അവർ പുറപ്പെടാനൊരുങ്ങി നിൽക്കുന്ന കുഞ്ഞായയുടേയും കൂട്ടരുടേയും അടുത്തുവന്നു നിന്നു. എല്ലാവരും അതെന്താണെന്നറിയാൻ മയിലിന്റെ പുറത്തേക്ക് ആകാംക്ഷയോടെ നോക്കി.

മയിലിന്റെ പുറത്തുവെച്ച് ചുമന്നുകൊണ്ടുവന്ന സാധനം

മൈനയും വാലാട്ടിക്കിളിയും പതുക്കെ താഴെയിറക്കിവെച്ചു.

'ഒരു വാഹനം' ങേ!!

എല്ലാവരുടേയും കണ്ണുതള്ളിപ്പോയി.

"ഇതാ ഇത് നിങ്ങൾക്കുവേണ്ടി ഞങ്ങൾ ഉണ്ടാക്കിയതാണ്. ഇത് സാധാരണപോലെ ഓടിച്ചുകൊണ്ടുപോകാം. ഒപ്പം ആകാശത്തിലൂടെയും വിമാനം പറന്നുപോകുന്നതുപോലെ പോവുകയും ചെയ്യാം."

ഇത്രയും പറഞ്ഞിട്ട് അതിന്റെ പ്രവർത്തനരീതി കൂടി മയിൽ പറഞ്ഞു മനസ്സിലാക്കിക്കൊടുത്തു.

"ഞങ്ങളുടെ സമ്മാനമാണിത്. ഞങ്ങളെ രക്ഷപ്പെടുത്തിയ നിങ്ങൾ നടന്നുപോകരുത്. ഈ വാഹനത്തിൽ പോയാൽ മതി."

കുഞ്ഞായയ്ക്കും കുട്ടിമാളുവിനും സന്തോഷംകൊണ്ട് കണ്ണുകൾ നിറഞ്ഞു.

മണിയനും നെയ്യും കുട്ടിമാളുവിന്റെ തോളിൽ നിന്നും താഴെയിറങ്ങി വണ്ടിയിൽ കയറി. അവസാനം കുഞ്ഞായയും കുട്ടിമാളുവും തിത്തിരിയും കയറി. എല്ലാവർക്കും കൈവീശി റ്റാറ്റാ കൊടുത്തു. അങ്ങനെ ആ കൊച്ചു വിമാനം ആകാശത്തേക്ക് പറന്നുപൊങ്ങി.

താഴേക്ക് നോക്കിയ അവർക്ക് കാണാൻ കഴിഞ്ഞത് ഒരായിരം കണ്ണുകൾ തങ്ങളെ നോക്കി കൈവീശുന്നതാണ്.

ആകാശത്തുകൂടെ പറന്നുപറന്നുപോയ വിമാനം ലോഹപ്പാളികൾ കൊണ്ടടച്ച വാതിലിനടുത്തെത്തി. അവിടെനിന്നും പതുക്കെ താഴ്ന്ന് നിലംതൊട്ടു.

അപ്പോൾ പഴങ്ങൾ നിറച്ച കുട്ടകളുമായി ശങ്കുവും റാണിയു കുഞ്ഞനും കാത്തുനിൽക്കുന്നുണ്ടായിരുന്നു.

ങേ! ഇതെങ്ങനെ ഇവരറിഞ്ഞു? കുഞ്ഞൻ മുയലിന്റെ പിന്നിൽനിന്നും അതാ കുറുംതിത്തിരി അപ്പോൾ ഒരു കള്ളച്ചിരിയോടെ മുന്നിലേക്കു വരുന്നു.

"നീ ഞങ്ങളുടെ കൂടെയായിരുന്നില്ലേ? പിന്നെ എപ്പോൾ ഇവിടെയെത്തി?"

കുട്ടിമാളുവിന് ആകാംക്ഷ അടക്കാനായില്ല.

"അതൊ, ഇടയ്ക്ക് ഒന്നുരണ്ടു പ്രാവശ്യം വിമാനത്തിൽനിന്നും ഞാൻ പറന്നുപൊങ്ങി. അതുപോലെതന്നെ തിരിച്ചുംവന്നു. പക്ഷേ ചുറ്റിലുമുള്ള കാഴ്ചകൾ കാണുന്ന സന്തോഷത്തിൽ എന്നെ

നിങ്ങൾ ശ്രദ്ധിച്ചിരുന്നില്ല. പിന്നെ ഒറ്റപ്പറക്കലായിരുന്നു.

"അമ്പട കള്ളാ..."

"ഇനി നമുക്ക് കുഞ്ഞായയയുടെയും കുഞ്ഞൂട്ടന്റെയും കുട്ടിമാളുവിന്റെയും ചെറുവള്ളിക്കാട്ടിൽവെച്ച് കാണാം." ഇതുംപറഞ്ഞ് വലംതിത്തിരിയേയും കൂട്ടി കുറുംതിത്തിരി പറന്നകന്നു.

•••